बेगम बर्वे

सतीश आळेकर यांचे प्रकाशित साहित्य

नाटक

अतिरेकी
एक दिवस मठाकडे / ठकीशी संवाद
दुसरा सामना
पिढीजात / मिकी आणि मेमसाहेब
बेगम बर्वे
महानिर्वाण
महापूर
शनिवार रविवार

एकांकिका

झुलता पूल आणि इतर एकांकिका
आधारित एकांकिका

आठवणी

गगनिका

बेगम बर्वे

सतीश आळेकर

पॉप्युलर प्रकाशन, मुंबई

बेगम बर्वे
(म - १३४७)
पॉप्युलर प्रकाशन
ISBN 978-81-955127-8-2

BEGAM BARVE
(Marathi : Play)
Satish Alekar

कृष्णा, २ रा मजला, पत्रकारनगर
पुणे ४११ ०१६
mikinalekar@hotmail.com
satish.alekar@gmail.com

पहिली आवृत्ती : १९७९
दुसरी आवृत्ती : २००८
नीलकंठ प्रकाशन, पुणे
तिसरी आवृत्ती : २०२२ / १९४४

मुखपृष्ठ : शेखर गोडबोले, राजू देशपांडे

मुद्रितशोधन : मिलिंद बोरकर, पुणे

प्रकाशक
हर्ष भटकळ
पॉप्युलर प्रकाशन प्रा. लि.
३०१, महालक्ष्मी चेंबर्स
२२, भुलाभाई देसाई रोड
मुंबई ४०० ०२६

अक्षरजुळणी
मुग्धा दांडेकर
थ्रीडी ग्राफिक्स, पुणे

'बेगम बर्वे' या नाटकाचा पहिला प्रयोग थिएटर ॲकॅडमी, पुणे या संस्थेने दि. १९ मार्च १९७९ रोजी सायंकाळी ६.३० वाजता श्रीराम सेंटर फॉर फाइन आर्टस अँड कल्चर, नवी दिल्ली येथे सादर केला.

दिग्दर्शक : सतीश आळेकर
निर्मिती प्रमुख : श्रीधर राजगुरू
निर्मिती व्यवस्था,
ध्वनी संयोजन : नंदू पोळ
रंगमंच व्यवस्था : मकरंद ब्रह्मे, अरविंद ठकार
संगीत : राजीव परांजपे
प्रकाश योजना : समर नखाते
वेषभूषा : सुरेश बसाळे
रंगभूषा : निवृत्ती दळवी
ऑर्गन : राजीव परांजपे
सनई : प्रभाशंकर गायकवाड
सारंगी : लतीफ अहमद
तबला : अशोक गायकवाड

कलाकार

शामराव : मोहन आगाशे
बावडेकर : रमेश मेढेकर
जावडेकर : सतीश आळेकर
बर्वे : चंद्रकांत काळे
ऋणनिर्देश : जयराम शिलेदार,
जयमाला शिलेदार,
कीर्ती शिलेदार,
विजय देसाई, मुंबई.
मनोरंजन, पुणे.

भग्नतेचा एकसंध अनुभव देणारे 'बेगम बर्वे'

रेखा इनामदार-साने

'बेगम बर्वे' (१९७९) हे अनेकार्थांनी मराठी रंगभूमीच्या इतिहासातील एकमेवाद्वितीय नाटक आहे. सामान्यतः एकत्र वा विभक्त कुटुंबातील व्यक्तींचे परस्परसंबंध व त्यातून उत्पन्न होणारे ताणतणाव मराठीतील अनेक नाटकांच्या केंद्रस्थानी असतात. या नाटकात मोजून चार व्यक्तिरेखा आहेत. त्यांचे एकमेकांशी रक्ताचे नाते नाही. अनाम पण दृढ भावबंधांनी या व्यक्ती परस्परांशी जोडल्या गेल्या आहेत, असेही दिसत नाही. नाटकात रूढ अर्थाने नायक-नायिका नाहीत. चौघांपैकी जावडेकर, बावडेकर व शामराव हे तिघे मध्यमवयीन पुरुष आहेत. बर्वे बाह्यतः पुरुष आहे, परंतु अंतर्यामी तो स्त्रीचे जीवन जगतो. चौघेही कनिष्ठ मध्यमवर्गीय अविवाहित व कुटुंबविरहित आहेत. शामरावचा अपवाद वगळता इतर तिघांना नाटककाराने नावे दिलेली नाहीत. ही पात्रेदेखील 'व्यक्ती' म्हणून आपण कोण आहोत हे अधूनमधून विसरतात. वास्तव जगातून अकस्मात कल्पनाविश्वात, वेगळ्याच भूमिकांत शिरतात. पात्रयोजनेतील या गुंतागुंतीमुळे त्यांच्या भूमिकांतरामुळे आणि वास्तव व आभास यांच्यात सरमिसळ झाल्याने येथे नाट्यांतर्गत नाट्य निर्माण होते. ते वाचकाला/प्रेक्षकाला चक्रावून टाकते. बघायला चार घटका बरे वाटेल, मनाला रिझवेल आणि प्रयत्न न करता सहज उमजेल असे हे नाटक नाही. संहितेची वीण बहुपेडी असल्याने 'बेगम बर्वे'चा नाट्यानुभव साधा, सरळ व एकपदरी न राहता अनेकपदरी व अर्थबहुल होतो.

'गोरा रंग आणि काळेभोर लांबसडक केस' असलेला बर्वे खरे तर कमनशिबी आहे. राजस रूप आणि गोड, गाता गळा लाभूनही नाटक मंडळीत गॅसबत्त्या पुसणे, पडदे ओढणे आणि अडी-अडचणीला स्त्रीपार्टी नटाची कसर भरून काढणे; त्यातही हळदी-कुंकवाच्या सीनमध्ये नायिकेच्या अनेक मैत्रिणींतील एक बनून रंगभूमीवर थोडा वेळ का होईना, पण वावरणे बर्वेच्या वाट्याला येते. या उपेक्षेची त्याला खंत वाटते. गंधर्व कंपनीत जाऊन सुभद्रा, रुक्मिणी,

वसुंधरा यांच्या भूमिका कराव्यात, झगमगत्या प्रकाशात यावे- ही त्याची उत्कट इच्छा कधीही अंशतःदेखील पूर्ण होत नाही. भोवतालचे कोणीही त्याच्या असण्याची साधी दखलसुद्धा घेत नाही, की त्याच्या मनाची पर्वा करीत नाही. 'पडद्यामागच्या अंधारात ढकलल्या गेलेल्या' बर्वेच्या ठिकाणी त्यातून बाहेर पडण्याचे व स्वतःला प्रस्थापित करण्याचे सामर्थ्य नाही. तो स्त्रैण आणि दुबळा आहे. त्यात संगीत नाटकांच्या जोरावर एकेकाळी वैभव उपभोगलेला मालक वाईट दिवस आल्यावर कंपनी मोडीत काढतो. दिवाळे निघाल्यावर बर्वेसारख्या यःकाश्चित नोकराला जड, अचेतन वस्तूचीच अवकळा येते. घनश्याम आणि वृंदावन या निर्दय व कुटील खलनायकांचा वारसा सांगणाऱ्या नाटकमंडळींच्या पदरी टांगेवाला असलेल्या भणंग शामरावाची नजर विंगेत केस वाळवत उभ्या असलेल्या बर्वेवर जाते. तो मागणी करतो आणि मालक बर्वेला देऊन टाकतो. ऐटीत टांग्यात बसण्याचा मोह बर्वेलाही आवरत नाही. पण तो रुबाबही टिकत नाही. घोडी मेल्याने टांगा निरुपयोगी ठरतो. उदरनिर्वाहाचे साधन असलेल्या घोडीचे 'बेगम' हे संबोधन बर्वेच्या मागे लागते, जन्मभर ते त्याचा पिच्छा पुरवते. जिन्याखाली टीचभर जागेत शामरावच्या आधाराने राहणारा बर्वे उदबत्त्या विकून कमाई करतो. त्या पैशातून अविचारी व नीच शामरावाला पोसतो.

शामराव दारू पितो, जुगार खेळतो, नको-नको ते नाद-छंद लावून घेतो आणि एका पायाने अधू असतो, तरी मिजाशीत राहतो. घोडी मरून गेल्यावर चाबकाचे फटके ओढायला आणि तो निमूटपणे सहन करायला त्याला बर्वेच्या रूपाने हक्काचे माणूस मिळते. घोडीप्रमाणे बर्वेही त्याच्या मालकीचा आहे. बायकी बर्वे ही गुलामी पत्करतो. कारण मर्दानी शामरावच्या सहवासातून त्याला सुख मिळते. दिवस बर्वेचा असला तरी रात्र आपली आहे, हे कावेबाज शामरावने पुरेपूर ओळखले आहे; म्हणून दारिद्र्याने गांजलेला आणि पांगळा असला तरी शामराव येता-जाता बर्वेवर डाफरतो, त्याला फैलावर घेतो, वेठीस धरतो. भैंचोद, भाडखाऊ, भडव्या अशी शिवराळ भाषा बोलतो. कधी त्याचा हात पिरगळतो, कधी त्याच्या खाड्‌कन मुस्कटात ठेवून देतो; तरी बर्वे त्याची अरेरावी मुकाट्याने सोसत राहतो. याचे आणखी एक कारण आहे.

शामरावची कृष्णछाया झाकोळून टाकणारी असली, तरी बर्वेच्या स्वप्नांवर ती अतिक्रमण करू शकत नाही. स्वप्नसृष्टी बर्वेला जणू वशच आहे, इतका तो गतकाळाच्या रम्य स्मृतींनी वारंवार हरखून व हरवून जातो. एक प्रकारच्या धुंदीत राहतो. वर्तमानात तो क्वचितच आणि अपरिहार्यपणे जगतो. एरवी त्याचे भावविश्व

संगीत नाटकाच्या सुरेल, सुंदर स्मृतींनी भरून गेले आहे. अण्णासाहेबांचं सौभद्र, त्यातल्या सुभद्रेच्या भूमिकेतील साक्षात नारायणराव तर त्याच्या नजरेसमोर तरळतातच; पण त्याप्रसंगी भोवती पेटलेल्या झिरमिळ्यांच्या बत्त्या, स्टेजवर कनौजी अत्तराचा सुटलेला घमघमाट आणि मखमल-सॅटिनचा मुलायम स्पर्श- हे सारे भारलेले वातावरण त्याला आताही जसेच्या तसे जाणवते. मराठी रंगभूमीवर आपल्या अविस्मरणीय गाण्याने आणि अभिनयाने युग निर्माण केलेल्या नारायणरावांच्या (हे संबोधनसुद्धा आत्मीयतेचे व प्रेमाचे द्योतक आहे.) काळाचा तो एक साक्षीदार आहे. एवढेच नव्हे तर त्याच्याही आयुष्यात योगायोगाने एक भाग्याचा क्षण त्या वेळेस येऊन गेला आहे. नारायणरावांनी हाती घेतलेला शेला बर्वेच्या खांद्यावर जातो, तेव्हा त्या शेल्याला धस लागलेला असला तरी तो त्याला कवचकुंडलांइतका संरक्षक व मायेची ऊब देणारा वाटतो. बालगंधर्वांचा हस्तस्पर्श झालेला हा शेला बर्वेने जीवापाड जपून ठेवला आहे. शेल्याप्रमाणे ऑर्गनच्या स्वर्गीय सूरांनी त्याच्या मनावर घातलेली मोहिनीही तिळमात्र कमी होत नाही. हे पडदे, ह्या दोऱ्या, हा नेपथ्याचा वास म्हणजे ह्या नटेश्वराचा गाभारा... आणि ह्या गाभाऱ्याचा पंचप्राण म्हणजे ऑर्गनचा सूर देवा! (पृ. २८) या सूरांच्या साथीने आणि घराला घरपण, देवाला देवपण देणाऱ्या कंपनीच्या मालकाला सुखी ठेवणाऱ्या- नव्हे, अवघे जगच सुगंधित करणाऱ्या उदबत्त्यांच्या सोबतीने बर्वेचे दिवस मंतरलेले होतात. दाहक वास्तव सुसह्य होते.

मानीव विश्वासाचा खेळ असे जे नाटकाचे एक मुख्य लक्षण सांगितले जाते, त्याचे प्रभावी प्रत्यंतर प्रस्तुत नाटकातून येते. आदि, मध्य व अंत या क्रमाने खटकेबाज संवादांतून उलगडत जाणारी गोष्ट येथे नाही. सुसूत्र संविधानकाचा सरळ रेषेत एका दिशेने होणारा विकासही या नाटकात आढळत नाही. आभास व वास्तव यांच्या सरमिसळीतून आणि भूमिकांच्या अदलाबदलीतून जे नाट्य उत्पन्न होते, ते ठाव घेते प्रेक्षकांच्या मनाचा. सुरुवातीपासून नाटककार आणि प्रेक्षक यांच्या परस्परसंमतीने हा खेळ नट/पात्रे खेळतात. खेळाचे नियम पाळतात अथवा मोडतात, त्यामागेही नाटककाराची काहीएक निश्चित धारणा आहे. ती नसती, तर बेगम हे मुस्लिम संबोधन आणि बर्वे हे खास कोकणस्थ (चित्पावन) आडनाव यांचे अगम्य मिश्रण असलेल्या शीर्षकापासून नाटक पटले नसते. पात्रे ज्या भूमिका निभावतात (शामराव/ सूत्रधार/ बंगल्यावरचा माणूस बर्वे/ नलावडेबाई) त्या तद्दन कृत्रिम व ओढून-ताणून आणल्यासारख्या वाटल्या असत्या. बर्वेच्या तोंडी असलेल्या नाट्यपदांना भावपोषक वातावरणनिर्मिती करणे आणि ताण

हलका होण्यासाठी विरंगुळा देणे यापलीकडे अर्थ उरला नसता. मुख्य म्हणजे, भूमिकांच्या अदलाबदलीमुळे व आभास-वास्तव यांच्या सरमिसळीने निर्माण होणारे नाट्य कृतक् झाले असते. तसे ते होत नाही याचे कारण नाट्यांतर्गत तर्कसंगती आळेकरांना उत्तम साधली आहे आणि नाट्यतंत्रावर/ रचनेवर त्यांची विलक्षण पकड आहे हे खरेच आहे; पण त्याहून महत्त्वाचे म्हणजे, नाटककाराला मानवी अस्तित्वात अंतर्भूत असलेला संघर्ष आणि 'मानवी स्थिती'तले कंटाळवाणेपण येथे मूर्त करावयाचे आहे. त्यासाठी 'स्वप्नां'चा आणि विषादयुक्त विनोदाचा आश्रय घेतल्यावाचून गत्यंतर नाही. नाटकातील पात्रांना स्वप्नांच्या दुनियेत मोकाट भ्रमंती कराविशी वाटते. कारण दिवास्वप्ने पाहण्यात पात्रांचा निदान वेळ जातो, वास्तव सुसह्य होते; परंतु त्याहून महत्त्वाचे म्हणजे, नेणिवेत चाललेल्या घडामोडी स्वप्नात उसळी मारून साकार होतात. त्यातून माणसांच्या मनोव्यापाराचा थांग लावता येतो. त्यांच्या अंतर्विश्वापर्यंत पोचता येते. माणसांच्या पृष्ठस्तरीय दर्शनी अस्तित्वात किंवा कृतीत नाटककाराला रस नाही, कारण व्यक्तीचे जागृत मन सावध असते. समाजमान्य संकेत व शिस्त पाळून कमी-अधिक प्रयत्नांनी व्यक्ती जाणीवपूर्वक शहाणपणा आत्मसात करते. अंतःप्रेरणा दाबून-दडपून 'कळपातला एक' होऊन जगते. मन मारावे लागते, अंधाऱ्या कोपऱ्यांवर माती लोटावी लागते. कारण बऱ्याचदा अंतःप्रेरणांना अनुसरले तर 'अंधारात उडी' घेण्यावाचून, समाजाचा विरोध पत्करण्यावाचून इलाज राहत नाही. याची अर्थातच भीती वाटते, म्हणून बहुतेक माणसे गर्दीला शरण जातात किंवा त्यांना ठाकूनठोकून ठाशीव चौकटीत इतरांकडून बसवले/ कोंबले जाते. एरवी बांधलेली माणसे 'स्वप्ना'तच स्वैर विहार करू शकतात. 'स्वप्नां'ना सहसा दुसऱ्याची नजर लागत नाही. त्यांच्यावर कोणाचेही नियंत्रण नसते. म्हणून मुक्त प्रतिभेचा आविष्कार सहजपणे साधणाऱ्या 'स्वप्नां'तून व्यक्तिरेखेच्या 'स्वत्वा'चे (Identity) दर्शन नाटककार घडवतो. आणखी एका कारणाने आळेकरांना 'आभासविश्वा'चे आकर्षण वाटत असावे. स्वप्नांमुळे म नवी अस्तित्वाला, त्याच्या जगण्याला एक प्रयोजन मिळते. अंतर्यामी पोकळ असलेले जावडेकर-बावडेकरसुद्धा स्वप्नांमध्ये अनिर्बंधच नव्हे, तर त्यांच्या परीने समृद्ध जगतात. (बर्वे या अर्थाने मुळातच भरीव आहे. नको इतक्या आठवणींनी त्याचे भावविश्व भरून गेले आहे.) सामान्य माणसाच्या या जगण्याचा, त्यामधील अर्थपूर्णतेचा शोध सहानुभूतीपूर्वक व सहृदयतेने आळेकरांना घ्यावासा वाटतो. या आडवाटेने जाणे अर्थातच खडतर असते, कटकटीचे असते; त्यामुळे नाटक स्वाभाविकपणे आकलनसुलभ राहत नाही.

आभास आणि वास्तव यांचे सांधे जोडताना किंवा तोडताना नाटककार कधी एखाद्या शब्दाचे, तर कधी एखाद्या वाक्याचे साह्य घेतो. उदा. पृ. ३९ वर नलावडेबाई बनून जावडेकरांकडे आलेल्या बर्वेच्या तोंडी येणारा 'कंपनीच्या मालका'चा किंवा शारदेच्या सख्यांचा उल्लेख किंवा पृ. ४०-४२ वरील शामराव बर्वे संवाद. यातून पात्रे भूतकाळ-वर्तमानकाळ किंवा वर्तमानकाळ-भूतकाळ असा प्रवास लीलया करतात. नाटककाराला 'काळ' या कल्पनेशी मुक्तपणे खेळता येते.

किती तरी नाट्यात्म क्लृप्त्या येथे योजलेल्या आढळतात. सौभद्र, संशयकल्लोळ, शारदा, एकच प्याला इ. मराठी संगीत रंगभूमीवर गाजलेल्या नाटकांतील एकूण ११ पदे 'बेगम बर्वे'मध्ये योग्य जागी येतात. या वैभवशाली गतकाळाचा बर्वे जवळून साक्षी असल्याने त्याला पदे स्वाभाविकपणे आठवतात. मराठी माणसांच्या मनात ही पदे इतकी रुजलेली आहेत की, त्यांचा पहिला चरण उच्चारला तरी त्या विशिष्ट पदाशी निगडित असलेल्या वाचकाच्या/ प्रेक्षकाच्या सहसंवेदना जाग्या होतात. आळेकर या पदांच्या योजनेने तेव्हा आणि आता यामधील दैवदुर्विलास गडद करतात. मूळ नाटकातील संदर्भ तोडले असले आणि वेगळ्याच प्रसंगांत ही पदे येत असली, तरी ती नाटकातील आशयसूत्राशी संवादी ठरतात. (पृ. ३७ वर येणारे जावडेकरांशी नजरानजर झाल्यावर बर्वेने म्हटलेले 'नरवर कृष्णासमान' हे पद किंवा अपत्यजन्माची चाहूल लागल्यावर झालेला आनंद व्यक्त करणारे 'प्रभु अजि गमला मनी तोषला' हे 'एकच प्याला' मधील नाट्यपद (पृ. ५३-५४) जे सांगायचे आहे ते आधुनिक आहे आणि त्यासाठी येथे योजलेली 'रीती' अभिनव व अभूतपूर्व आहे. या अर्थाने 'बेगम बर्वे' हे अनन्यसाधारण नाटक आहे. आळेकरांच्या जीवनदृष्टीचे (कनिष्ठ मध्यमवर्गीयांचे कोंडे, संकुचित जग- त्यात गतानुगतिकपणे जगत असतानाही कायम राखलेला बढाईखोरपणा, निर्भयतेने अवसान व दांभिकता इ.) आकर्षण १९८० नंतरच्या पिढीतील काही लेखकांना वाटले. त्यांच्या उपरोधिक, तिरकस व तीक्ष्ण भाषेतून निर्माण होणाऱ्या विनोदाचेही कळत-नकळत अनुकरण झाले. (पाहा- चंद्रशेखर फणसळकरांची 'मेल्या आईचा चहा'सारखी एकांकिका किंवा मकरंद साठे यांचे 'ठोंब्या' हे नाटक) परंतु येथील सामाजिक-सांस्कृतिक संचिताशी दृढ नाते ठेवून, आपल्या अस्सल देशी संवेदना-स्वभावातून नाट्याशय आणि त्याची अभिव्यक्ती यांचे अभिन्नत्व जसे आळेकरांना या नाटकातून प्रस्थापित करता आले, तसे ते उत्तरकालीन नाटककारांपैकी क्वचितच कोणाला साधले आहे.

'बेगम बर्वे' आणखी एका दृष्टीने लक्षणीय आहे. पात्रपरिचय, त्यांच्या उक्ती-कृतीतून घडणारे स्वभावदर्शन, क्रिया-प्रतिक्रियांतून उत्पन्न होणारा संघर्ष, त्यांची स्थितिप्रियता वा परिवर्तनशीलता आणि भोवतालच्या परिस्थितीला दिलेला भावनिक-वैचारिक वा मूल्यात्मक प्रतिसाद नाटकातील 'संवादा'तून स्पष्ट होतोच. (उदा. बर्वे, जावडेकर व बावडेकर यांचा पृ. ५४-५५ वरील संवाद.) परंतु 'स्वगत' या संवादरीतीची चपखल योजना येथे केलेली आढळते. बर्वे जुन्या जमान्यातील संगीत नाटकांच्या सृष्टीतून पुरतेपणाने बाहेर आलेला नसल्याने त्याच्या तोंडी 'स्वगते' स्वाभाविक वाटतात. नाटकात घडत असलेल्या घटनांसंदर्भात उद्भवणाऱ्या शंका व संशय प्रकट करणे (पृ. ४१) प्रसंगानुरूप मनात उचंबळून येणाऱ्या भावनांचे दर्शन प्रेक्षकांना घडवणे (पृ. २३ ते २५), तर कधी घटनांवर भाष्य करणे (पृ. ४९-५०), या 'स्वगतां'च्या योजनेतून साध्य होते.

लाडिक व आर्जवी ढंगाची भाषा बर्वेच्या बायकीपणाला उठाव देते. उदा. 'हे काय होऽ? डोक्यावरची घागर फोडून मला ओलीचिंब करून असे काय म्हणून हसत पाहावयाचे? किती वेळ मी ओलेती उभी राहू? इतर गौळी-गौळणी जम ल्या म्हणजे कसे? मला नाही गडे इतके निर्लज्ज होता येत... इश्श! एवढं रोखून नाही गडे बघायचं. शेजारी भावोजी आहेत म्हटलं!' (पृ. ३४) प्राणवल्लभा, कपर्दिकेश्वरा अशी संस्कृतप्रचुर संबोधने किंवा 'अनादिअंत नसलेला हा सुगंध देवा कसला म्हणून काय विचारताय!' (पृ. २८) यातून कृत्रिमपणा, आणलेले उसने अवसान आणि मुख्य म्हणजे ती जादू हरपल्याची जाणीव गडद होते. आता केवळ भाषिक पातळीवर लकबी राहिल्या आहेत. त्यामुळे बर्वेला त्या शब्दांचा मोह वारंवार पडतो.

सप्रयोजक आणि अर्थपूर्ण प्रतीकांमुळे नाट्यार्थाचे भरण-पोषण होते, तसेच त्याची सूचकता वाढते. या दृष्टीने बर्वे विकत असलेल्या उदबत्त्या केवळ उदरनिर्वाहाचे साधन ठरत नाहीत, स्वत: जळून त्या साऱ्या जगात सुगंध पसरवतात. हिंदू स्त्रीच्या त्यागाचे व समर्पणशीलतेचे मूर्तिमंत प्रतीक असणारी उदबत्ती बर्वे-सारख्या गांजलेल्या माणसाच्या हाती असावी, यात नवल नाही. जिन्याखालची जागा, ती ओलांडून पायऱ्यांवर जाऊ बघणारा बर्वे आणि त्याला खाली फरपटत आणणारा, वास्तवात खेचणारा शामराव यामुळे निर्माता आणि बावडेकरांना उपमा सुचतात त्यासुद्धा आहेत, ते पाहण्यासारखे आहे. आज जावडेकरांच्या जीवनात एक नवे मस्टर सुरू होणार आहे. रजिस्टर नवं पान आज उलटणार आहे. (पृ. ४३) किंवा बायकोला दिवस गेल्याचे ऐकताच 'गुरुदत्ता,

ह्या वयातदेखील नवीन माणूस आमच्या मस्टरवर पाठवतोस?.... अरे, ह्या वयात पाठीत मारलेला हा आनंदाचा बत्ता मला सोसवेल ना?' (पृ. ५३) असा प्रश्न जावडेकर विचारतात; तर 'रेशन कार्डावर आता जास्त साखर मिळणार!' या शब्दांनी वहिनी त्यांना नवे माणूस येणार असल्याची शुभ वार्ता देतात.

शामरावचे अर्वाच्य बोलणे 'मेंदू सडला हो रे तुझा?' किंवा पिरगाळणे, कडमडणे, खाड्कन मुस्कटात भडकावणे येथपासून बर्वेचे धोतर फेडण्याच्या अखेरच्या कृतीपर्यंत- त्याचा हिंस्रपणा दाखवते. भाडखाऊ, भडव्या इ. शिव्यांनी शामरावचा उग्रपणा खुनशीपणा वाढतो. जावडेकर-बावडेकर चाचरत बोलतात, खात्री नसल्याने काही शब्द/ वाक्ये यांची पुनरावृत्ती करतात. 'तुमचं ठीक आहे. काय म्हटलं मी, तुमचं ठीक आहे. गेली नोकरी तरी आहेत वहिनी. मिळवतं माणूस आहे घरात. मी... मी काय करायचं? सांगा ना, मी काय करायचं ते... आणि ते हे... आपलं म्हणजे- छे!' (पृ. ४६-४७) यातून संदिग्धता आणि गोंधळ तर दिसतोच, परंतु आभास व वास्तव यांची सरमिसळ द्व्यर्थी आणि वाक्यांनी अधिक परिणामकारक होते. उदा.- जावडेकरांना दिलासा देणारे बर्वेचे वाक्य तुमची गेली तर माझी (नोकरी) आहे.' (पृ. ५६) डोहाळजेवण रंगात आले असता, 'नलावडेबाई, तुमचे दिवस आता भरलेत.' हे बावडेकरांनी त्वेषाने काढलेले उद्गार होते. नाटकाचा आरंभ सूत्रधाराच्या प्रवेशाने होतो. त्याची भाषा अलंकारिक व संस्कृतनिष्ठ आहे. सिंहकटी, उत्तरीय, अधोमुख, धूम्रनलिका, तेजोभंग, कषाय पेय प्राशन या शब्दांतून वास्तविक क्षुल्लक असलेल्या गोष्टींना अकारण मोठे रूप देण्याचा हव्यास स्पष्ट दिसतो.

'बेगम बर्वे'मधील भाषा एवढी वैविध्यपूर्ण आहे की, त्यावर एक स्वतंत्र लेख लिहिता येईल.

थिएटर ॲकॅडमी ही नाट्यसंस्था सादर करीत असलेल्या प्रयोगात संहितेचे हे पैलू विशेषत्वाने प्रकाशात येतात. प्रयोगातून नाट्यार्थाला नाटकाचा दिग्दर्शक व या नाटकातील एक नट असल्याने संहितेत मोकळ्या सुटलेल्या किंवा हेतुपुरस्सर सोडलेल्या जागा प्रयोगात समर्थपणे भरून काढल्या जातात, त्यामुळे अपेक्षित नाट्यपरिणामास साह्य होते. १९७९ मध्ये प्रथम रंगभूमीवर आलेल्या या नाटकाचे जेमतेम वीस प्रयोग झाले. त्यानंतर १९८५ मध्ये व आता २००८ मध्येही त्याचे तुरळक प्रयोग होत आहेत. दुसऱ्यांदा पुनरुज्जीवन झालेल्या या नाट्यप्रयोगात मूळचा सर्व नटसंच व त्याची ऊर्जा पूर्वीइतकीच कायम राहिलेली आहे, हे एक

नवलच म्हणावे लागेल. अगदी ऑर्गनवाला राजीव परांजपेसुद्धा बदललेला नाही. नेपथ्यही आवश्यक तितकेच आहे. सूत्रधार प्रवेश करतो, तेव्हा पार्श्वभूमीवर रस्त्याचा पडदा असतो. रंगमंचाचा केवळ पुढील भाग उजळलेला असतो. हा प्रवेश संपल्यानंतर रस्त्याचा पडदा वर जातो व रंगमंचावरील काळोख ऑर्गनच्या रेंगाळणाऱ्या सूरांनी व बर्वेच्या शब्दांनी सावकाश विरत जातो. नाटकाच्या अखेरच्या प्रवेशात सनईच्या साथीने वरून दोऱ्यांचा सजवलेला एक झोपाळा रंगमंचावर येतो. शेला पांघरलेला, फुलांचा मुगुट घातलेला बर्वे त्या झोपाळ्यावर झुलत असताना त्याचे त्या स्वप्नील दुनियेत रंगून जाणे जसे प्रेक्षकांना जाणवते; तसेच पुढे शामरावाने त्याला दिलेली ठोकर व त्यामुळे त्याचे भावविश्व उद्ध्वस्त होणेही प्रेक्षकांना शोकात्म भान देते, अंतर्मुख करते.

संहिता प्रयोगरूपाने अभिनित झाल्याशिवाय नाटकाला पूर्णत्व नाही, असे म्हटले जाते. परंतु 'बेगम बर्वे'च्या बाबतीत प्रयोग पाहण्याआधी किंवा नंतर संहिता वाचणे आवश्यक आहे. संहिता न वाचता केवळ प्रयोग पाहिला, तर नाटकाचे आकलन (विशेषत: त्यातून सूचित केलेला आशय, त्यातील कारुण्य व त्याची बहुपेडी वीण) पुरतेपणाने व साकल्याने होऊ शकणार नाही.

वाचकाला/प्रेक्षकाला सतर्क व सजग राहायला भाग पाडणाऱ्या 'बेगम बर्वे'चे वेगळे अर्थनिर्णयन व विश्लेषण मानसशास्त्रीय, शैलीवैज्ञानिक व चिन्हमीमांसा यापैकी कोणत्याही एका समीक्षा पद्धतीने करणे शक्य आहे. (मुख्य संहिता, उपसंहिता- त्यामध्ये आलेली रंगचिन्हे इ.) संकल्पनाव्यूह आणि परिभाषा बदलेल कदाचित, परंतु अभ्यासकांना आणि रंगकर्मींना आव्हान देणारे हे नाटक आळेकरांच्या आतापर्यंतच्या कारकिर्दीचा मानबिंदू आहे. कलात्मक उंचीचा एक मानदंड त्यांनी 'बेगम बर्वे'च्या रूपाने निर्मिला आहे, याविषयी कोणाचेही दुमत असणार नाही.

(टीप : वरील प्रस्तावनेचे हिंदी भाषांतर २००२ मध्ये बेगम बर्वे नाटकाच्या हिंदी आवृत्तीसाठी राष्ट्रीय नाट्य विद्यालय, दिल्ली ह्यांनी प्रसिद्ध केले. त्यात लेखिकेने मराठी आवृत्तीसाठी किरकोळ बदल केले आहेत.)

अंक पहिला

[पडदा उघडण्यापूर्वी कोणत्याही जुन्या नाटकाची नांदी होते. ऑर्गनचे स्वर विरत जातात. पडदा वर जातो. पार्श्वभूमीवर रस्त्याचा पडदा असतो, स्टेज उजळलेले. सूत्रधार प्रवेश करतो.]

सूत्रधार : (विंगेत हाका मारत–) अरे एऽऽ एऽऽ शुक्ऽ शुक् एऽ भल्या गृहस्था! गेला वाटते! नांदी संपली की हा गेलाच. असो. पण वेळ दवडून उपयोग नाही. आपण आपल्या कामाला लागावे, हे बरे. बरे, काम तरी कोणते? तर ते पुरुषाच्या नशिबी अनादि अनंत कालापासून चालत आलेले असे! युगे न युगे लोटली तरी ते काम तसेच चालू! म्हणजे पुनःपुन्हा भेटण्याची वेळ पक्की करूनसुद्धा भेटायचा प्रहर टळून गेल्यावर जी उद्दामपणे आणि आपल्या लाडिक आविर्भावाने ह्या पुरुषांच्या संतापाचे पाणी-पाणी करून टाकते, अशी माझी प्रिया कशी बरे अजून आली नाही? का आज मुद्दाम थट्टा करण्याचा मनसुबा आहे बाईसाहेबांचा? छे! छे! आता मात्र हद्द झाली! पुरुषांना ताटकळत ठेवावयाचे आणि आपण आपले खुशाल सौंदर्यप्रसाधनेत मग्न राहावयाचे, हा प्रकार स्त्रीजातीला खचितच भूषणावह नाही. नव्हे नव्हे, तर अगदी चीड आणणारा असाच प्रकार आहे.

आता हेच पाहा ना! नांदी संपली. नांदी संपल्यावर जो तिकडे जातो, तोही गेला. नटी-सूत्रधाराच्या प्रवेशाची वेळ झाली तरी ह्या बाईसाहेबांचा पत्ता नाही. बसल्या असतील आपला विपुल असा केशसंभार सावरीत. म्हणजे अपराध काय तो आमचाच. आणि तो तरी कोणता म्हणता, तर वेळेवर येण्याचा (!) खरोखर ज्याने कोणी ह्या कालमापनाचे परिमाण शोधून काढले, त्याला मी कधीही क्षमा करणार नाही. ह्या आमच्या बाईसाहेब म्हणजे अगदी....

(कानोसा घेतो.)

अरे, ही चाहूल कोणाची बरे? माझ्या प्रियेच्या पावलांचा हा आवाज नक्कीच नव्हे. आपल्या लयबद्ध पदन्यासाने रसिकांची मने काबीज करत, आपल्या सिंहकटीला नाजूक आणि नेमके हेलकावे देत प्रवेश केल्या-केल्या उत्तरीय सावरीत अधोमुख व्हायचं, अशा हक्काच्या आणि परंपरागत वाटेवरून, कठीण अशा खडकाळ भूमीवरून वेगे जो दौडत जातो तो अश्व- तद्वत् ही पावले कुणाची बरे वाजत आहेत? आता एवीतेवी माझ्या प्रियेच्या आगमनास विलंब लागलेला आहे, तेव्हा या चालून येत असलेल्या धटिंगणाशी चार गोष्टी कराव्यात म्हणजे दोन घटिका मनोरंजनही होईल आणि तिकडे माझ्या प्रियेच्या उरलेल्या सौंदर्यप्रसाधनेला थोडा अवधीपण मिळेल. असा विचार करणे म्हणजे उंटाला मृगजळ दिसण्यासारखे आहे हे पटते, पण... अरे, एऽ एऽ भल्या गृहस्थाऽऽ

[विंगेतून एक जण येतो. क्लार्क असावा. ऑफिसमधून दमून परतत असावा. वय ४०-५० च्या आसपास-]

सूत्रधार : अरे भल्या गृहस्था, जरा थांब तरी थोडा वेळ! निघालास कोठे इतक्या लगबगीने?

गृहस्थ : घरी!

सूत्रधार : नांदी संपल्यावर तू जो गेलास तो आत्ता उगवलास होय?

गृहस्थ : दमलोय मी. जाऊ द्या मला.

सूत्रधार : घरी जायचे म्हणतोस, मग नांदी संपल्यावर गेलास कुठे?

गृहस्थ : कामावर. रोज जातो.

सूत्रधार : बरं! स्वारी राहाते तरी कुठे?

गृहस्थ : तुमच्या शेजारी.

सूत्रधार : आमच्या शेजारी? (स्वगत) चमत्कारच म्हटला पाहिजे! नांदी संपल्यावर हा गृहस्थ कामावर जातो म्हणून सांगतो काय, नांदी संपल्यावर परत येऊन पुन्हा घरी जातो म्हणतो काय आणि निवासस्थान कुठे, अशी सहज म्हणून मी पृच्छा केली असता 'आमच्या शेजारी' असे हा उत्तरतो काय! मला तरी ह्यात नक्कीच काही तरी काळेबेरे असल्याचा संशय येतोय. पण म्हणजे 'वेष असावा बावळा, परी अंतरी नाना कळा' ह्याच्यातला तर हा प्रकार नसेल? असो. आपण आपले जरा लांबूनच ह्या धटिंगणाचे बारीक निरीक्षण करावे, हे बरे!

[मघाचा गृहस्थ आता एका बाजूला दोन ठोकळे ठेवलेले असतात

त्यावर बसतो. आळस देतो, सिगारेट शिलगावतो. ह्याकडे सूत्रधार लांबून लक्ष ठेवून आहे.]

सूत्रधार : शिव! शिव! शिव! आता हा धूम्रनलिका ओढणार. वाटले होते सरळ घरी जाईल, पण परिस्थिती तशी दिसत नाही. हा आपला सरळ तिकडे जाऊन बसला आणि धूम्रपान करू लागला. (चमकून) अरेच्चा! आत्ता माझ्या ध्यानात आले की, सदर गृहस्थाने धूम्रपानासाठी नेमकी हीच जागा का निवडली? ही तर माझी प्रिया येण्याची वाट. म्हणजे तिकडून माझी प्रिया आली की तिचे लक्ष वेधून घेऊन माझा तेजोभंग करण्याचा मनसुबा न ओळखण्याइतका मी मूर्ख खचितच नव्हे.

[त्याच्याजवळ जातो. खाकरतो. गृहस्थ वळून पाहतो. दुर्लक्ष करतो.]

सूत्रधार : (पुन्हा खाकरतो, पण त्याचे लक्ष नाही.) (स्वगत) अरेच्चा! मी चांगला दोन-तीन वेळा खाकरलो, खाणाखुणाही केल्या; तरी ह्या स्वारीला माझ्या आगमनाची दखल घेण्याची बुद्धी होऊ नये, हे ह्या गृहस्थाचे बेताल वागणे अपमानास्पद आहे असेच गृहीत धरणे योग्य ठरेल. माझे मन प्रियेच्या आगमनासाठी आतूर झालेले आहे हे नेमके हेरून, मुद्दाम माझी खोडी काढण्याच्या उद्देशाने हा धटिंगण सरळ माझ्या प्रियेची वाट अडवून बसला तो बसला आणि माझी दखलही न घेण्याचा कृतघ्नपणा करून पुन्हा वर बेदरकार आविर्भावाची मुद्रा करणाऱ्या ह्या मर्कटाला मी कधीही क्षमा मागणार नाही. आता सरळ जातो आणि असा खडसावून जाब विचारतो, असा खडसावून जाब विचारतो की- ह्याने माझ्या केलेल्या अपमानाच्या रेवड्या-रेवड्या उडालेल्या पाहण्यापेक्षा, पार्श्वभागी पाय लावून सूंबाल्या करणेच मर्कटाला भाग पडेल.

(तावातावाने जातो आणि काही विचारणार इतक्यात गृहस्थ म्हणतो...)

गृहस्थ : मघाशी तुम्ही खाकरलात का? मी लक्ष दिलं नाही. कारण तुम्ही नक्की खाकरलात की नाही ह्याचा अंदाज मला आला नाही. बरं, चहा घेणार का?

सूत्रधार : काय म्हणालात?

गृहस्थ : दमलोय मी. आत्ताच आलो कामावरून. रोज इथंच चहा घेतो मी.

सूत्रधार : इथेच म्हणजे?

गृहस्थ : इथेच म्हणजे, ह्या हॉटेलात.

सूत्रधार : (स्वगत) मला कषाय पेय प्राशन करण्याच्या मोहाला पाडून एका

रस्त्याला उपाहारगृह म्हणून संबोधणाऱ्या ह्या अचाट बुद्धीच्या प्रकांड पंडिताचे कौतुक जितके करावे तितके थोडेच म्हटले पाहिजे.

गृहस्थ : अहो, चहा घेणार का? कसल्या विचारात पडलायत?

सूत्रधार : असले हलक्या दर्जाचे पेय माझ्यासारख्याला द्यावे, असे तुम्हाला वाटले तरी कसे? आणि त्या निमित्ताने वाट अडवून बसलेल्या माणसाने आता इथून काढता पाय घ्यावा, हे उत्तम.

गृहस्थ : मला जायला सांगता? आमची गरज लागेल तेव्हा याल पाया पडत.

सूत्रधार : धूम्रपान करत रस्त्याच्या कडेला बसून माझ्या प्रियेची वाट अडवणाऱ्या यःकश्चित माणसाने स्वतःचा उल्लेख 'आम्ही' अशा आदरार्थी बहुवचनात करावा, हा काळाचा महिमा अगाधच म्हटला पाहिजे.

गृहस्थ : तशा अर्थाने मी तो उल्लेख केला नाही. 'आम्ही' म्हणजे 'आम्ही दोघे.'

सूत्रधार : कोण दोघे?

गृहस्थ : माझे मित्र. अगदी जीवाभावाचे. अजून आले नाहीत ते. पण एव्हाना यायला हवे होते. ऑफिस सुटल्यावर दोघांनी बरोबरच निघायचं आणि एकत्र या हॉटेलात चहा प्यायचा, मग आमच्या खोलीवर जायचं- हा आमचा वर्षानुवर्षांचा शिरस्ता.

सूत्रधार : तर दिवसभराच्या अविश्रांत परिश्रमानंतर आपण कोणाची वाट पाहाण्याचा बहाणा करीत आहात, हे तरी एकदा कळू दे.

गृहस्थ : बहाणा नव्हे, मी खरंच वाट बघतोय.

सूत्रधार : कोणाची?

गृहस्थ : अहो, दुसऱ्या कोणाची मी वाट बघणार? माझा रूम पार्टनर आला नाही अजून. बहुधा त्याची बस चुकली असावी.

सूत्रधार : (स्वगत) एकंदरीत हा इसम एकटा नाही आहे तर! ह्याच्याच कचेरीत काम करत असलेला ह्याचा जीवलग दोस्त अजून आला नाही म्हणून रागावून तर हा माझ्या प्रियेची वाट अडवून बसला नसेल? छे! नांदी संपल्यावर एकेक अडचणी वाढतच चालल्या आहेत. सर्व गौडबंगाल अनाकलनीयच म्हटले पाहिजे.

गृहस्थ : तुम्ही कोणाची वाट बघताय?

सूत्रधार : मी कोणाची वाट पाहातोय? हं! मी माझ्या प्रियेची वाट पाहातोय.

गृहस्थ : म्हणजे तुमचं ठरलंय वाटतं? अरेंज्ड की लव्ह मॅरेज? कधी आहे?

सूत्रधार : काय?

गृहस्थ : तुमचं लग्न...

सूत्रधार : अरे मूढा, साक्षात नटेश्वरांनी आमचा गांधर्वविवाह करून दिला असताना आमचे लग्न कधी, असे विचारण्यास तुझी जीभ धजावते तरी कशी? (स्वगत) विनाकारण चांभारचौकश्या करणाऱ्या ह्या नराधमाचा असा संताप येतो... असा संताप येतो की, ज्याचं नाव.....

गृहस्थ : बावडेकर. नमस्कार, मी बावडेकर. मी माझे मित्र जावडेकरांची वाट बघतोय. आपण असं करू या की, तुमची प्रिया अजून आलेली नाही. आमचे जावडेकर अजून आले नाहीत. तेव्हा आपण पैज लावू या. लावता पैज? आमचा मित्र लवकर येतो की तुमची प्रिया लवकर येते? लावता पैज? एक मिसळ...

सूत्रधार : मिसळ? छीः! छीः! माझ्यासारखा बलवान पुरुष असे कदान्न ग्रहण करील, असे आपणास वाटले तरी कसे? एक वेळ सूर्य मध्यान्ही स्तब्ध होईल, पृथ्वीवर प्रलय माजेल, वाघ गवत खाईल; पण माझ्यासारख्याने.....

बावडेकर : एक मिनिट- तुम्ही सोपं का बोलत नाही? सरळ सांगा ना की, नाही मी मिसळ खाणार म्हणून!

सूत्रधार : (काय करावे ते न सुचल्याने) अजून माझी प्रिया कशी आली नाही?

बावडेकर : तुमच्या प्रियेला पत्ता बरोबर दिलाय ना?

सूत्रधार : भल्या गृहस्था, मी आणि माझ्या प्रियेच्या जगात पाऊल ठेवण्याचा प्रयत्न करणे म्हणजे शेषशायांच्या फड्याला फटकारण्यासारखे आहे. 'अजून माझी प्रिया कशी आली नाही' हे मी तुला नव्हे, पण तिला ऐकू जावे म्हणून म्हणालो.

बावडेकर : तुमचे हे बोलणे तिला ऐकू जाणार कसे?

सूत्रधार : अरे, परस्त्री-पुरुषांच्या संबंधात डोकावून पाहाणाऱ्या डोमकावळ्या, तुझ्या क्षीण आणि क्षुद्र बुद्धीचा असा क्षय झालेला पाहून तुला बुद्धिमांद्य जडलंय असा जर कुणाचा समज झाला, तर मी त्यास दोष देणार नाही. असे रेमेडोके तुला विधात्याने बहाल केले आहे म्हणूनच तू अशी बेगुमानपणे पृच्छा करता झाला आहेस. माझे आणि माझ्या प्रियेचे मन इतके एकरूप झाले आहे की, आमच्या श्वास-उच्छ्वासाचेसुद्धा अद्वैत झाले आहे. हीच त्या मायबाप नटेश्वराची सर्वांत अमूल्य अशी देणगी आहे. हे जर तू विसरलास तर तुझ्यासारखा कपाळकरंटा तूच रे, तूच!!

बावडेकर : (विंगेत पाहात) अरे वा! तुम्ही बराच वेळ बोलत असला पाहिजे. कारण खूप वेळ गेलेला दिसतोय. आमचे जावडेकर शेवटी आले म्हणायचे.

[सूत्रधार विरुद्ध टोकाला जाऊन उभा राहतो. पलीकडच्या विंगेतून जावडेकर येतात. वय ४०-५०. दमलेले. बावडेकरांच्या शेजारी बसतात. फक्त दोघांवर प्रकाश.]

बावडेकर : या, या. काय, आज उशीर?

जावडेकर : काय करू? तुमच्यापाठोपाठ मीही निघालो, तोच साहेबांनी हाक मारली. म्हणाले- एवढं करून द्या, अर्जंट आहे. मग काय काढला टाइपरायटर आणि बसलो करीत. दमलो अगदी.

बावडेकर : चहा घ्या, म्हणजे बरं वाटेल.

जावडेकर : असं म्हणता? बरं, तुमचा झाला?

बावडेकर : मघाशीच.

जावडेकर : पण ह्या हॉटेलचा चहा म्हणजे अगदी.....

बावडेकर : काय करणार? लग्न केलं असतं तर ह्या त्रासातून सुटलो असतो. पण ते आता होणे नाही. तेव्हा असंच धीर देत चहा प्यायचा.

जावडेकर : एक सांगतो. तुम्हाला लग्नाचं अगदीच अशक्य का वाटतंय? अजून वेळ गेलेली नाही. इतकं निराश होण्यासारखं त्यात काही नाहीये. एकेकाला लाभतं उशिरा.

बावडेकर : नाही हां, मी तसा अगदी निराश झालेलो नाहीये. म्हणजे साहेबसुद्धा म्हणाले परवा.....

जावडेकर : काय म्हणाले?

बावडेकर : परवा मला केबिनमध्ये बोलावलं. दुपारचं जेवण झाल्यामुळे त्यांचा डोळा लागत असावा. मला पाहताच सरळ आपले म्हणाले- बावडेकर, तुम्ही आता लग्न करा. साहेबांचं म्हणजे असं एकदम रोखठोक.

जावडेकर : त्यांना सांगायला काय होतंय? एवढी वाटते काळजी, तर द्या म्हणावं स्वतःची मुलगी.

बावडेकर : पण देखणी आहे हां.

जावडेकर : कोण?

बावडेकर : साहेबांची मुलगी. मी आपली- म्हणजे ते हे आपलं... काय की, परवा फायलींचा गठ्ठा टाकायला गेलो होतो शिपायाबरोबर, तेव्हा तिनंच दार उघडलं...

जावडेकर : आणि काय म्हणाली?

बावडेकर : काय म्हणणार? मी आल्याचं आईला सांगायला गेली ती गेलीच. म्हणजे परत अगदी ते- हे आपलं- काय दार... दार लावायलासुद्धा आली नाही. दार उघडायचं पण लावायला यायचं नाही म्हणजे काय? मी विचारणार आहे साहेबांना, ही काय पद्धत झाली? तिने दार उघडल्यामुळे दाराची मूठ मात्र हाताला गरम लागली. हो, म्हणजे मग मलाच दार लावायला लागलं म्हणून कळलं. अंगात ताप-बीप होता की काय, कुणास ठाऊक!

[जावडेकरांचे लक्ष अंधुक प्रकाशात असलेल्या सूत्रधाराकडे जाते. बावडेकर स्वतःच्याच तंद्रीत.]

जावडेकर : बावडेकर...

(बावडेकरांचे लक्ष जात नाही. ते स्वतःच्याच तंद्रीत) अहो बावडेकर, कसला विचार चाललाय? ते समोर कोण उभे आहेत? आपल्याला बघतायत असं वाटतंय.

बावडेकर : ते होय? ते त्यांच्या प्रियेची वाट बघतायत.

जावडेकर : ते त्यांच्या प्रियेची वाट बघताहेत, का तुम्ही साहेबांच्या मुलीची वाट बघताय? तरीच आपली हॉटेलाच्या बाहेर टेहळणी चालू आहे वाटतं?

बावडेकर : छेऽ हो! काही तरीच काय? साहेबांची मुलगी कशाला येईल इथे? पण तो समोर उभा आहे ना, तो फार अवघड बोलतो. त्याच्या प्रियेला तरी समजेल की नाही, कुणास ठाऊक! समजा आली साहेबाची मुलगी, तर हा तिच्याकडे वाईट नजरेने पाहील अशी भीती वाटते मला. शिवाय तिलाच जर तो प्रिया समजला तर ते हे... आपलं म्हणजे, छे...

जावडेकर : आता बास झालं. आता तुम्ही मनावर घ्याच! बघवत नाही तुमच्याकडे. सरळ जा आणि मागणी घाला.

बावडेकर : सरळ जाऊ आणि मागणी घालू? हे बघा, हे असं आपल्याला काहीही करता येत नाही. मागणी वगैरे बात आपल्यात नसते. रोज सकाळी उठून आपण फक्त मस्टरवर वेळेत सही करू शकतो. अंऽ हो.. मस्टरवरून आठवलं. आज त्या आल्या नाहीत?

जावडेकर : (लाजत) कोण हो?

बावडेकर : आज कॅज्युअल वाटतं?

जावडेकर : (लाजत) अहो, पण कुणाची?

बावडेकर : काय लाजताय! काय लाजताय! अं? साहेबांच्या पार्टिशनला लागून

ज्यांचं टेबल आहे, त्यांची...

जावडेकर : हांऽ हां! म्हणजे तुम्ही नलावडेबाईंबद्दल बोलताय का?

बावडेकर : आज दिसल्या नाहीत. रजा वाटतं? ह्या वयातदेखील बाईंनी व्यवस्थित जपलंय सगळं. चालायला लागल्या की दगदग नुसती.

जावडेकर : तुम्ही म्हणजे अगदी चावट आहात! अहो, ही दगदग आपल्याला सोसवणारी नाही.

बावडेकर : बघा! साहेबांच्या मुलीबद्दलचं बोलणं चावट नाही, पण नलावडेबाईंबद्दल बोललं की...

जावडेकर : जाऊ द्या ना. उगाच त्या बाईंच्या मागे पडलाय? बिचारी विनापाश विधवा आहे. आता जरा नखरेल चालते, डोळ्यांत सुरमा घालते, इतकंच!

बावडेकर : ते काहीही असो; तुमच्यावर खूष आहे अगदी.

जावडेकर : छे:! आमच्यावर कसली खूष? ती आपली स्वत:वर खूष, नाही तर साहेबांवर खूष. अहो, आपल्यावर कुणी खूष झालं तरी समजायचं नाही. अर्धं-अधिक आयुष्य निघून गेलं. त्यात हे असलं थोबाड बघून सगळ्यांची पंचाईत होते. आता तर माझाच मला कंटाळा येतो. मीच मला दिसू नये, असं वाटतं. सवयीने तर आता दाढी करतानासुद्धा आरसा लागत नाही. टकलामुळे भांग पाडण्याचा प्रश्न नाही. बरोबर माप दिलं तरी पँटी साले लांड्याच शिवतात, देवाला गेलं तर चपला चोरीला जातात, सिनेमाला गेलं तर दिवे जातात. च्यायला, आम्ही करायचं काय? आम्हाला एक क्लब तरी काढून द्या म्हणावं वेगळा. कसल्या नलावडेबाई अन् कसलं काय! त्या आपल्या बघायला ठीक आहेत. सगळं आपलं इन्वर्ड... मनातल्या मनात...
[स्तब्धता.]

बावडेकर : अरे, आपला तो हा- दिसला नाही आज?

जावडेकर : कोण?

बावडेकर : आपला बर्वे, चाळीत जिन्याखाली राहतो.

जावडेकर : खरंच की! आणि आज गुरुवार. आज तर असायलाच पाहिजे. बरं, चहा आला का?

बावडेकर : अजून नाही आला. वेळ आहे.

जावडेकर : चला, मग तोवर कोपऱ्यावरून हार घेऊन येऊ या. गुरुवार आहे. तोवर होईल चहा.

बावडेकर : चला.

[दोघे जातात. स्टेज उजळते. सूत्रधार वेगाने प्रवेश करत म्हणतो...]

सूत्रधार : आता मात्र हद्द झाली. ज्यांचा संशय मी विनाकारण घेतला असे धटिंगण वाटणारे दोन निरुपद्रवी जीवसुद्धा चालते झाले, तरीसुद्धा माझी प्रिया येऊ नये ना! आज ह्या दत्ताच्या वारी स्वतःच्या आगमनास विलंब लावण्याचे पातक करण्यास माझी प्रिया धजावते तरी कशी? एवढे हे रसिकजन समोर बसले असता त्यांना खुशाल ताटकळत ठेवायचं, हे स्त्रीजातीला विशोभित करणारे असेच आहे. खरोखर ह्या रसिकजनांच्या आनंदावर विरजण पडून स्त्रीजातीचा जो स्थायीभाव अहंकार त्याचाच विजय होणार की काय, असे वाटून मन शतशः विदीर्ण होते आहे. तेव्हा मान-अपमान विसरून रसिकजनांचा आदर करण्यासाठी पंचप्राण कंठी आणून अहंकाराचे मूर्तिमंत प्रतीक असलेल्या ह्या माझ्या प्रियेला मी अंत:करणापासून आवाहन करतो की....

[ऑर्गन वाजतो. सूत्रधार पुढील पद म्हणतो.]

झणी सोड अहंकार प्रिये येई मज समीप ।
वृथा समय दवडीशी कां? ।।
रसिक जना शिणवीशी कां?
लावित हा विलंब ।।
झणी सोड ।।

[सूत्रधार जातो. रस्त्याचा पडदा वर जातो. स्टेजवर खोल अंधार. ऑर्गनचे सूर रेंगाळत आहेत. स्टेजवर हळूहळू दिसायला लागते. एक पाठमोरी व्यक्ती बसलेली दिसते. डोक्यावरून भरजरी शेला पांघरलेला. हातात एक जुनाट पितळी मोडकी बत्ती असते. ती व्यक्ती पिवळी बत्ती साफ करत असते. चेहरा दिसतो. गोरापान रंग, पुरुष आहे; पण हावभाव थेट बायकी, चेहरा खूप मेकअप केलेला. लांब केस. कपाळावर मधोमध तांबड्या गंधाची चिरी, दुटांगी धोतर नेसलेला. ऑर्गनचे स्वर विरत जातात. ती व्यक्ती म्हणते]

व्यक्ती : किती वेळा समजावून सांगायचं तुम्हाला, हा अहंकार नव्हे हो! हा अहंकार नव्हे. माझ्या मेलीची कामंच संपत नाहीत अहो वेळेवर. अगदी कपर्दिकेश्वराची शपथ घेऊन सांगते. तुमचं आपलं बरंय! तुम्ही कंपनीचे मालक! सगळं अगदी ऐटीत थाटात, अं! ऐट नुसती! पण

माझ्या मेलीची दमणूक होते हो. थकून जाते मी अगदी. आता पूर्वीचं का काही राहिलंय? आता पूर्वीचा तो राजदरबारी थाट आता नाही जमत. एक शेला तेवढा उरलाय. तोच पुरवून-पुरवून वापरायचा. थंडी फारच वाढली ना, तरच काढायचा. किती झालं तरी साधा का तो शेला आहे? (घाबरून) अगोबाईऽ काय बोलून गेले मी! पण सांगायचं नाही हं कुणाला? आपलं अगदी गुपित ठेवायचं. कपर्दिकेश्वराशपथ. एकदा अण्णासाहेबांचं सौभद्र बघत होते. आणि सुभद्रेच्या भूमिकेत साक्षात् नारायणराव. तबलेवाल्याच्या ओळखीनं विंगेत जागा मिळवली. समोर सौभद्र चाललेलं. झिरमिळ्यांच्या बत्त्या भोवती पेटलेल्या, स्टेजवर मखमल आणि सॅटिनची रेलचेल नुसती. जोडीला कनौजी अत्तराचा घमघमाट. दुसरा अंक सुरू झाला. कुसुमावती आणि सुभद्रेचा रंगणारा प्रवेश रंगू लागला. 'माझ्या मनिचे हितगुज सारे ठाऊक कृष्णाला' संपलं आणि पेटीतला शेला अलगद उलगडत कुसुमावती नारायणरावांना म्हणाली, ''बाईसाहेब, काय आपली कुशलता तरी ही! यावर काढलेली वेलबुट्टी किती सुरेख दिसते. तसेच मधूनमधून हे पक्षी काढले आहेत ते आत्ताच उडतील की काय, असे वाटते.'' सुभद्रेने शेला हातात घेतला. ते बघून काळजात धस्स झालं. सुभद्रा म्हणाली, ''सखे, या मेल्याचा मला असा राग आला आहे की, याचे फाडून तुकडे-तुकडे करून टाकावेत.''
कुसुमावती उत्तरते-
''बाईसाहेब, असा काय त्याने अपराध केला आहे?''
आणि मग ऑर्गनचा सूर. नारायणरावांचा अविस्मरणीय अभिनय, शिवाय जोडीला वन्समोअरचा हुकमी एक्का 'अरसिक हा शेला'. तो स्टेजवर पडलेला शेला बघितला आणि धस्स झालं. काय करावं आणि काय करू नये अशी जीवाची घालमेल नुसती. कधी अंक संपेल, असं मला झालं. अंक संपला. नारायणराव विंगेत विश्रांती घेत होते. मी हलकेच जाऊन पुटपुटलो. ''नारायणराव, लहान तोंडी घेत असलेल्या मोठ्या घासाबद्दल क्षमा करा. पण मघाशी कुसुमावतीने घेतलेल्या शेल्याला धस लागला होता.'' नारायणरावांनी चमकून वर बघितलं, पाठीवर कौतुकाची थाप मारत म्हणाले, ''देवा, आज आमची लाज तुम्ही राखलीत. आता हा शेला कंपनीचा राहिलेला नाही, तो तुमचा झालाय बापा-'' असं म्हणून नारायणरावांनी आपल्या हातांनी हा

मायेचा शेला माझ्या खांद्यावर घातला आणि हाच शेला माझ्या देहाची कवचकुंडलं होऊन बसला. आता अठरा अक्षौहिणी सैन्य जरी चालून आले ना तरी मला त्याची पर्वा नाही हो, फिकीर नाही मुळीसुद्धा! नारायणरावांचा शेला खांद्यावर असताना भ्यायचं ते कशाला? खूप मनात होतं गंधर्व कंपनीत जावं, पण नाही जमलं. वाट्याला आल्या त्या फडतूस कंपन्या. सुभद्रा, रुक्मिणी, वसुंधरा- सगळ्या नायिका समोर इथं यायच्या नि जायच्या, पण ह्या नायिकांच्या भूमिकेत जाणं कधी जमलंच नाही. वाट्याला आले सगळे हळदीकुंकवाचे सीन आणि शापासारखे चिकटले हे काळेभोर लांबसडक केस. कसला अहंकार असणार मला? विश्वास ठेवा, ही कामंच मेली लवकर संपत नाहीत. खेळ सुरू होण्याआधी बत्त्या साफ करायला नकोत का? बत्त्या पेटल्या की मग आम्ही वेण्या घालायला मोकळे. जरा कुठे वेणी घालायला बसलं की निरोप यायचा, मग पुन्हा रंगलेल्या गाण्याच्या ठेक्यांवर बत्तीला पंप मारायचा. बत्ती विझली तर समोर उभा असायचा सूत्रधार, कंपनीचा मालक. मी म्हणायची, ''असे रागावून बघू नका हो मालक. मला भीती वाटते तुमची.'' मग विंगेतल्या काळोखातून कंपनीच्या मालकाचे डोळे माझा वेध घ्यायचे. नजरेला नजर टाळत मी म्हणायची. [ऑर्गन वाजतो.]

पद : १ नाटक. शारदा (१८९९)

मूर्तिमंत भीती उभी मजसमोर राहिली ।
वाटत दुजा सुदाम मज दिसेल त्या स्थळी ।।
दाखवावयास मला तात नेत त्याजकडे ।
राक्षसा रुचेल का पहावया जसा बळी ।।

[हे पद म्हणत असतानाच ती व्यक्ती शेला गुंडाळून पिशवीत ठेवते. पद संपत येत असताना मघाचा सूत्रधार कळकट धोतर, फाटलेला शर्ट अशा पोशाखात व्यक्तीच्या मागे नकळत येऊन उभा राहतो. एका पायाने तो लंगडतो आहे. गात असलेल्या व्यक्तीचे तिकडे लक्ष नाही. गाणे संपत असतानाच मघाचा सूत्रधार, तो जरा वयस्क आहे, गाणाऱ्या व्यक्तीच्या खाड्कन् मुस्कटात मारतो. व्यक्ती हेलपाटते. गाणे बंद, ऑर्गनचे स्वर अचानक थांबतात, शांतता.]

सूत्रधार : आज वार कुठला भडव्या!

व्यक्ती : आज... दत्ताचा वार... गुरुवार...

सूत्रधार : किती खपल्या?

[व्यक्ती गप्प]

सूत्रधार : (व्यक्तीचा कान पिरगाळत)... आज किती खपल्या? मघापासनं हॉटेलासमोर हिशोबासाठी थांबलोय. कुठे कडमडला होता?

व्यक्ती : माफ करा शामराव. नेहमीप्रमाणे बसलो होतो विकत, तोच नदीकडून वाऱ्याच्या झुळकीबरोबर ऑर्गनचे सूरही आले. वाहवत गेलो शामराव. धंद्याच्या वेळी पुन्हा असं होणार नाही. आणि आज खप कमी झाला, तर ही तूट मी उद्या भरून काढीन आणि नाही दुप्पट धनलाभ करून दिला, तर नावाचा बर्वे नाही होऽ मी नावाचा बर्वे नाही!

शामराव : मघाशी काय इचारलं तुला बर्व्या?

बर्वे : खप किती झाला म्हणून...

शामराव : (एक मारतो) त्या आधी. त्या आधी काय इचारलं मी?

बर्वे : विस्मरण झालं.

[शामराव पुन्हा मारतो.]

शामराव : डोक्यात शिरत नाही. मेंदू सडला हो रे भडव्या, तुझा?

बर्वे : मला मारू नका हो. फार क्लेश होतात. एकदा नव्हे, दोनदा नव्हे, हज्जारदा घोकेन मी; पण विसरणार नाही.

[बर्वेच्या हातातली बत्ती शामराव पाहतात.]

शामराव : तिच्या मायलाऽ पुन्हा बत्ती? पुन्हा बत्ती धंद्याच्या टायमाला?

बर्वे : (दूर होत) हांऽ हां! काय हे भलतंच? मी बत्तीला नाही बरं का हात लावू देणार. मोडली म्हणजे? आता अशा मिळतात तरी का? प्राण गेला तरी बत्ती देणार नाही मी. कारण जोवर ही बत्ती आहे तोवर मी आहे, असा साक्षात्कार झालाय मला. अगदी कपर्दिकेश्वराशपथ!

शामराव : खोट्या शपथा घेतंय वर.

बर्वे : खोट्या नव्हेत. तुम्हाला आपली पहिली भेट आठवते शामराव?

शामराव : भेट गेली चुलीत. इकडे ये.

बर्वे : काय?

शामराव : इकडे ये. (हाताला धरून खेचतो.) तो... तो समोर कोण बसलाय त्या हॉटेलात? माझा बाप?

[जावडेकर, बावडेकर पूर्ववत् आपल्या जागी बसलेले दिसतात. अंधुक प्रकाश. जावडेकरांच्या हातात हारांचे पुडके]

बर्वे : नाही, जावडेकर.

शामराव : आज वार कोणता?

बर्वे : श्री दत्ताचा वार, गुरुवार.

शामराव : गुरुवारी जावडेकराच्या घरी काय असतं?

बर्वे : पूजा.

शामराव : मग पूजेला दत्तासमोर काय जाळणार? तुझी झाटं? जा, त्याला खपवून ये. रागावून पुडा घेतला नाही तर गाठ माझ्याशी आहे, ध्यानात ठेव. दिवस तुझा असतो भडव्या, पण रात्र माझी असती. रिकाम्या हातानं आलास, तर रात्री जिन्याखाली घेणार नाही.

[शामराव लंगडत जातो. फक्त बर्वेवर प्रकाश. इतर स्टेज अंधारात. शामराव गेल्या दिशेला पाहत बर्वे म्हणतो-]

बर्वे : दिवस माझा अन् रात्र तुमची? हं, दिवस माझा अन् रात्र तर माझीच माझी. माझ्या बत्तीची, रात्र ऑर्गनची... रात्र मखमली पडद्याची, नारायणरावांच्या ह्या शेल्याची... अवघी रात्र कंपनीच्या मालकांची.

[असे म्हणून पायात एक घुंगरू अडकवतो आणि स्वतःभोवती गिरकी मारतो. स्टेज उजळते. कोपऱ्यात मघाच्याच जागी जावडेकर-बावडेकर दिसतात, त्यांच्याकडे पाहात बर्वे तालात, तान घेत, नाचत म्हणत असतो-]

बर्वे :

नका करू प्रश्नांची सरबत्ती
घ्या ना हो एखादी अगरबत्ती

काय, घेणार का? नाहीऽ नाही, घ्याच मुळी! होच मुळी! एकदाच वापरून खात्री करा. पुडेच्या पुडे विकत घ्याल. सारी दौलत ह्या उदबत्तीवर उधळाल. न विकत घ्याल तर जीवनात सुगंधाला मुकाल आणि विकत घ्याल तर अवघं आयुष्य सुगंधित होऊन जाईल. आपण घ्या, आपल्या मित्रांना विकत द्या. अस्सल चंदनी उदबत्ती, घ्याच मुळी, होच्च मुळी.

अहो चिमणीचं घर होतं मेणाचं
पण उदबत्तीचं घर मात्र पितळ्याचं

आमची अस्सल चंदनी उदबत्ती पेटवा आणि खुशाल पितळी घरात खोचा. बिचारी ऐटीत जळून जाईल. हूं नाही की चूं नाही. काही तक्रार नाही की काही नाही. निमूटपणे जळून जायचं आणि आपल्या सुगंधी राखेनी पितळी घराला घरपण द्यायचं. देवाला देवपण द्यायचं. कंपनीच्या मालकाला सुखी ठेवायचं. म्हणून म्हणतो.

(परत ओळी म्हणतो.)

नका करू प्रश्नांची सरबत्ती
घ्या ना हो एखादी अगरबत्ती

जावडेकर : आज उशीर झाला बर्वे? चुकामूकच व्हायची, थोडक्यात टळली. द्या, पुडा द्या. (पुडा घेतो व पैसे देतो.)

आणि हे बघा, रात्री खोलीवर चक्कर टाका. चिवडा उरलाय तेवढा घेऊन जा. नाही तर वास लागेल. (बर्वे पाया पडतो.) किती वेळा सांगायचं बर्वे, पाया देवाच्या पडायचं; माणसांच्या नाही.

बर्वे : आपल्यासारखी माणसं मिळायला जन्मजन्मांतरीचं पुण्य लागतं, देवा. भाग्य माझं म्हणून तुमच्यासारखी गिऱ्हाइकं माझ्या वाट्याला आली. शक्य असतं ना तर जावडेकरसाहेब, अर्धं राज्य दिलं असतं हो तुम्हाला... अर्धं राज्य दिलं असतं. खरोखर आपले ऋण कसे फेडावेत, तेच कळेनासं झालंय. साहेब, आज गुरुवार. पण आजचा हा गुरुवार फार वेगळा आहे. साक्षात्कारी आहे. आज गुरुवार असल्याचं विस्मरण होत होतं. ज्या दिवशी असं होईल तो दिवस अद्‌भुत असणार आहे. साहेब, पेटवा हा पुडा. नेहमीचा सुगंध त्यातून येणार नाही. आला तरी जाणवणार नाही. कारण हा सुगंध अवघं आयुष्य बदलणारा ठरेल. साहेब, आता तुम्ही एकटे नाही, तुमच्या सोबतीला हा धूर असेल. अनादिअंत नसलेला हा सुगंध. देवा, कसला म्हणून काय विचारताय? हा असणार गंधर्वी सुगंध– जो विस्मरण झालेल्या गुरुवारीच निघतो.

जावडेकर : किती विलक्षण बोलता बर्वे! कसल्या अवस्थेत तुम्ही जगता!

बर्वे : माझं काय, सगळे दिवस मला सारखेच. समोरचा पडदा दूर करायला कुणी हक्काचं माणूस असलं म्हणजे झालं. पडद्यामागच्या अंधारात किती वेळ राहणार? हे पडदे, ह्या दोऱ्या, हा नेपथ्याचा वास म्हणजे ह्या नटेश्वराचा गाभारा आहे. गाभारा आणि ह्या गाभाऱ्याचा पंचप्राण म्हणजे ऑर्गनचा सूर देवा!

जावडेकर : अतर्क्य आहे सगळं. पण वाटतं बर्वे, प्रत्येक वार हा गुरुवार असावा आणि जगातील सगळ्या उदबत्त्या फक्त तुमच्या असाव्यात.

बर्वे : हे श्रेय माझं नाही देवा. मला लाजवू नका. वाऱ्यातून सूर निर्माण होतो. हलतात बोटे म्हणून वाजतो तो ऑर्गन. साहेब, हे श्रेय त्या गंधर्वी वाऱ्याचं–

[ऑगर्न वाजतो]
वाजला, ऑर्गन वाजला! मला जायला हवं.

जावडेकर : कुठे जाणार?

बर्वे : मी कुठे जाणार? मी जिन्याखाली राहतो. जाणारे जिन्यावरून जातात. मी फक्त त्यांची पावलं मोजतो.
[बर्वे गिरकी घेऊन तान घेतो. फक्त बर्वेवर प्रकाश. जावडेकर दिसेनासे होतात. बर्वे आता एक जुनी करुण सूर असलेली ठुमरी म्हणू लागतात. केस सारखे करतात. काळी ओढणी लपेटून घेतात. बाजूला एक गादी घालतात, त्यावर लोड वगैरे सर्व सामान मळके-फाटके असे असते. ठुमरी शेवटाला येते त्या वेळी बर्वेच्या ताना भयप्रद होतात. ठुमरी संपवून ओढणी सारखी करून अदबीने बर्वे उभे राहतात. ठुमरी संपत असताना शामराव प्रवेश करतात. त्यांनी आता फाटकी सुरवार आणि शेरवानी घातली आहे. त्यांना बघून कुर्निसात करतात. ऑर्गन थांबतो. शांतता. बर्वे शामरावांच्या हातात गजरा घालतात. शामराव प्यायलेले आहेत, पण अजून स्वत:वर ताबा आहे.]

शामराव : गादी घातली बेगम?

बर्वे : कधीचीच.

शामराव : गादीवर सुरकुती नाही?

बर्वे : अजिबात नाही.
[शामराव गादीवर टेकतात. लोडावर रेलतात. बर्वे त्यांचे पाय चेपतात.]

बर्वे : आज उशीर झाला अंमळ?

शामराव : जुन्या सवयी जात नाहीत बेगम. संपवलं.

बर्वे : हज्जारदा सांगितलं तुम्हाला, हा नाद बरा नव्हे होऽऽ हा नाद बरा नव्हे! मी एकटी कुठे कुठे बघणार? महागाई कोण झालीय....

शामराव : (ओरडून) खामोषऽऽ! बडबड बंद. बेगम, हा गजरा कुणाचा?

बर्वे : हा गजरा माझा. माझ्या हातांनी मी आपल्याला बांधला. तरी म्हणते, हा जुगाराचा नाद बरा नाही. आधीच आपली अवस्था ही...

शामराव : उलट बोलायचं नाही. बेगम, उलट बोलू नकोस.

बर्वे : मालक, उलट काय नि सुलट काय! शब्द सगळे सारखेच मला. अहो, खरा अर्थ असतो तो फक्त सूराला. तालाला.

शामराव : (अवसान टाकून) हरलो बेगम, मी हरलो आज नेहमीसारखा. आजच्या गुरुवारची कमाई आकड्यावर लावली आणि सगळं संपलं.

बर्वे : हो, सगळं संपेल नाही तर काय! आम्ही कानी-कपाळी ओरडून सांगतोय. पण भलतेच नाद जवळ केलेत.

शामराव : (परत उसळून) थोबाड बंद कर बेगमऽऽ थोबाड अजाबात बंद! हे बघ- मी शामराव जुगार खेळणार, तू बेगम- गजरा बांधणार. हा फरक ध्यानात ठेव. उगा घोळ नको. तुझा तीर वेगळा, माझा तीर वेगळा. जे बोलणं आसंल ते काठाकाठानी होऊ दे. उगा पाण्यात पाय घालण्याचं काम नाही.

बर्वे : आपण खरं बोलला मालक. पाण्यावरून आठवलं. कपर्दिकेश्वराच्या मंदिरामागच्या तळ्यात पाय सोडून बसले होते ना, तेव्हा प्रदक्षिणा घालताना स्वारी प्रथम दिसली. आपल्याकडे बघितलं नि एकदम उन्हाची तिरीप डोळ्यांत गेली. दिपलेल्या डोळ्यांना वाटलं, गडकरी मास्तरांचा हा सुधाकर लंगडतोय का? घनश्यामाचे पाय असे पांगळे का? वृंदावनाचा पुण्यप्रभाव संपून त्याला वसुंधरेचा शाप लागला की काय? खलनायक झाले म्हणून काय झालं? उतारवयात त्यांना असं वाऱ्यावर का सोडायचं? आपण त्यांच्या जवळ असलेलं बरं, म्हणून समोर बघितलं. आपला टांगा उभा होता. त्याच टांग्यात बसले आणि ऐटीत जिन्याखाली आले.

शामराव : मला कुणी वाऱ्यावर नाही सोडलं बेगम. वारा माझ्या पायावरनं गेला आणि तोच वारा तुझ्या नरड्यावरून गेला, म्हणून तू गायला लागलीस. ह्या पांगळ्या शामरावची घोडी मेली. टांगा मोडीत निघाला. वारा सारखाच भैंचोद! पण बेगम, तुझा सूर आणि माझा मात्र पाय.

बर्वे : आता वाऱ्याचं नका काढू. आता आपली उदबत्ती. ती जास्तीत जास्त खपवायची.

शामराव : (ओरडत) खामोषऽऽ! बेगम, खायला आण. पोटात भूक पडलीय.

बर्वे : अहो, खायला आणणार कुठून? सगळी कमाई जुगारात उधळलीत.

शामराव : उदबत्त्या वीक.

बर्वे : इतक्या रात्री कोण घेणार उदबत्त्या? काही तरीच बोलायचं म्हणजे काय?

शामराव : घेतल्या पाहिजेत... बेगम, घेतल्या पाहिजेत. खायला, बेगम खायला-

बर्वे : अहो, पण जरा धीर धरा म्हणते ना! बाईऽ बाईऽ बाई! काय हे बोलणं! सारखं आपलं खायला. गेल्या जन्मी बकासुर होता मेला, बकासुर!

शामराव : (ओरडत, अर्धवट रडत, जागच्या जागी पाय आपटत-)
मला बकासुर म्हणती. मग आयू आयू आयू. बेगम, मला बकासुर म्हणती. माझा टांगा होता तवा कशी फेर धरत व्हतीस? मालक काम देईना. कंपनी का दिवाळा साला. कंपनीचा मालक बोलला, प्रॉपर्टी फुंकून टाका. मालक म्हणाला, रस्त्याचा पडदा घ्या. मी म्हटलं, नको. मालक म्हणाला, बागेचा पडदा घ्या. मी म्हटलं, नको. समोरच्या विंगेत केस वाळवत असलेली बेगम बर्वे मला द्या. लांबसडक केस. गोरा पान रंग. नखरेल चाल. माझ्या पायावरून वार गेलेलं. तवा वाऱ्याशी संबंध असणारं माणूस मला द्या. माझ्या पायावरून, बेगमच्या गळ्यावरून म्हंजी फिट्टंफाट! तिच्या मायला, घोळ नको.

बर्वे : पण कंपनी बुडाली म्हणून काय झालं? जमाना बदलला म्हणून काय झालं? रोजच्या नाटकात तर कधी खंड पडला नाही, की ऑर्गनचा सूर कधी थांबला नाही. सगळं आपसूक होतं. आपल्याला काही करावं लागत नाही.

शामराव : बेगम, खायला...

बर्वे : ह्यांचं आपलं खायला. काही म्हणून बोलू द्यायचं नाही. सदा आपला आक्रस्ताळेपणा. जुन्या खोडी जायच्या नाहीत कधी.

शामराव : खायला आण. भुका लागल्यात. उपाशी साला. पैसा नाही. विक्रीची बोंब भडव्या तुझी!

शामराव : देतीय. खायला देतीय, बोंबलू नका. आज आपली खायची सोय नक्की होणार. जरा कळ काढा. आजचा गुरुवार फार वेगळा आहे शामराव.
[फक्त बर्वेवर प्रकाश.]
तुमचा खाण्याचा हट्ट. आपलं दारिद्र्य आणि साक्षीला दत्त. ऐकलंत शामराव, दत्ताचं भजन ऐकलंत? तो आपल्या हाकेला धावणार. आज तुम्ही उपाशी नाही राहाणार. स्वस्थ पडून राहायचं. आज तुम्ही उपाशी नाही राहाणार.
[बर्वे दिसेनासा होतो. अंधुक प्रकाशात लोडाला टेकून शामराव पडलेला. त्यात धुपाचा धूर येतो. दत्ताचे स्तोत्र स्पष्ट ऐकू येते. जावडेकर-बावडेकर आपल्या आवाजात म्हणत असतात. साथीला पेटी. शामराव अदृश्य. बावडेकर-जावडेकरांचे दत्ताचे स्तोत्र टिपेला पोचलेले.]

यतीरूप दत्तात्रया दंडधारी।
पदी पादुका शोभती सौख्यकारी ।।

दया सिंधू ज्याची पदे दुःखहारी।
तुम्हाविण दत्ता मला कोण तारी ।।१।।
पदे पुष्करा लाजवीती जयाची।
मुखाच्या प्रभे चंद्र मोहून याची ।।
घडो वास तेथे सदा निर्विकारी।
तुम्हाविण दत्ता मला कोण तारी ।।२।।
सुनीटा असती पोटऱ्या गुल्फ जानू ।
कटी मौजी कौपिन ते काय वानू ।।
गळा मालिका ब्रह्मसूत्रासी धारी।
तुम्हाविण दत्ता मला कोण तारी ।।३।।
करी पाठ जो का स्तुती ही त्रिकाळा।
तयाच्या प्रतापे पडे भीति काळा ।।
गुरू सर्व दारिद्र्य दुःखा निवारी ।
तुम्हाविण दत्ता मला कोण तारी ।।४।।

जावडेकर : गुरुदेव दत्त... गुरुदेव दत्त! घ्या बावडेकर, प्रसाद घ्या.
[बावडेकर भक्तिभावाने प्रसाद घेतात. जावडेकर पेटी वगैरे उचलून ठेवतात.]

बावडेकर : छे! फार उकडतंय, नाही?

जावडेकर : हं, उकडतंय खरं! चालायचंच. घाम यायचाच. शेवटी निसर्ग आहे.

बावडेकर : आजच नव्हे, पण एकंदरीत उकडतं फार. सारखा घाम. चिकचिकाट नुसता. घाम आला की अगदी मिठागरात पोहल्यासारखं वाटतंय.

जावडेकर : खरं आहे तुमचं म्हणणं. इतकी वर्षं एकत्र राहतोय आपण, एकदा टेबलफॅन घेतला पाहिजे.

बावडेकर : फॅनचं ठीक आहे. पण एक गोष्ट तुम्हाला लक्षात आणून देतो. आपल्याला ऑफिसमध्ये कमी उकडतं. घाम आला की माठातल्या पाण्याचा हात तोंडावरून फिरवला की झालं! काही म्हणा जावडेकर, ह्या घरच्या पाण्याला सरकारी पाण्याची चव नाही.

जावडेकर : गुरुदेव दत्त! आपण काय करणार? छेः! फारच उकडतं बुवा. म्हणजे आज बरं का, नलावडेबाईसुद्धा म्हणाल्या. म्हणाल्या– जावडेकर, तुमची मात्र चैन आहे अगदी. तुमचं टेबल अगदी ऑफिसच्या माठाजवळ आहे. मनात येईल तेव्हा पाणी पिता येतं हो.

बावडेकर : बघा, मी म्हटलं नाही– आम्ही चेष्टा केली की तुम्हाला राग येतो.

पण प्रचीती येते, त्याला काय करणार? दर गुरुवारी तुमचे ते हे आपलं साखरफुटाणे. कबूल?

जावडेकर : कबूल.

बावडेकर : दर गुरुवारी तुम्ही त्या बर्व्याच्या उदबत्तीसाठी ताटकळत असता. कबूल?

जावडेकर : कबूल.

बावडेकर : आणि दर गुरुवारी न चुकता येणारी नलावडेबाईंची आठवण. कबूल?

जावडेकर : तुमचं आपलं म्हणजे फारच. छे... फारच उकडतंय बुवा.
(येरझाऱ्या घालतात.)

बावडेकर : ह्या सगळ्या योगायोगाकडे तुम्हाला दुर्लक्ष करून चालणार नाही जावडेकर. ह्या सगळ्या गोष्टी म्हणजे ते हे आपलं- ह्याच क्रमाने फक्त आज घडल्या का?

जावडेकर : नाही.

बावडेकर : नाही, बरोबर. म्हणजे, ह्या सगळ्या घटनांच्या मागे नियतीची एक निश्चित योजना असली पाहिजे. गुरुवार, हे साखरफुटाणे, नलावडेबाई, गुरुदेव दत्त. हे फार होतंय... हे फार होतंय... प्रत्यक्ष कृती करण्याची वेळ आली आहे. म्हणजे सरळ जायचं आणि नलावडेबाईंना म्हणायचं, "नलावडेबाई, आय लव्ह यू."

जावडेकर : हं! एकटं राहाण्याची मला हौस आहे का? सांगा ना, एकटं राहाण्याची मला हौस आहे का? पण नाही जमत. विचारून जर नकारघंटा वाजली ना, तर शाळा सुटलीच आमची. एकदम रस्टिकेट. हे सगळं स्वीकारण्याची माझी ताकद नाही. ताकदीचं जे वय होतं ना, ते गेलं निघून. ऑन युवर मार्क. गेट सेट, गो. म्हणायला ठीक आहे. पण धावणार कुठे? आता आपण आपलं शर्यती सुरू झाल्या की हवेत उंच फुगे सोडायचे आणि ते दृष्टिआड होईपर्यंत मोजायचे.
[स्तब्धता.]
ह्या उकाड्यावर मला एकच उपाय दिसतो बावडेकर, काही तरी करून सरकारी पाणी घरी आणलं पाहिजे. शक्य असेल तर ऑफिसातला माठ पळवून आणला पाहिजे. सरकारी पाण्याने तोंड धुतल्याशिवाय घाम कमी होणार नाही. ह्या भाड्याच्या पाण्याला काहीही अर्थ नाही.

बावडेकर : तुम्हीच धीर करून त्यांना विचारलंत म्हणजे जमेल कदाचित.

जावडेकर : (भडकून) त्यांना म्हणजे कुणाला? अं? त्यांना म्हणजे कुणाला?

अहो, बोला ना. जे काही बोलायचं ते अगदी स्पष्टपणे बोला.

बावडेकर : नलावडेबाईंना सरळ विचारावं, असं म्हणतोय मी.

जावडेकर : परत लग्नाचं?

बावडेकर : लग्नाचंच असं नव्हे, पण माठाचंसुद्धा. त्यांना म्हणावं, तुमची आणि साहेबांची ओळख आहे. त्यांच्या परवानगीने एक दिवस माठ आणता येईल घरी. निदान घाम तरी येणार नाही.

जावडेकर : अशी घाई करून चालणार नाही. नीट योजनाबद्ध रीतीने सर्व काही उरकले पाहिजे. प्रथम बाजारातून एक माठ आणून ऑफिसमध्ये ठेवला पाहिजे. मग संधी गाठून ऑफिसचा माठ घरी आणला पाहिजे. गुरुदेव दत्त! मोठ्या धारिष्ट्याचं काम. नीट विचार करून मगच....

[दोघे जण चमकतात. कारण अचानक ऑर्गन वाजतो. दोघांवर फक्त प्रकाश. धुपाचा धूर आणि त्या धुरात बर्वे उभे. डोक्यावर शेला आणि हातात माठ घेतलेला. लगबगीने प्रवेश करतात आणि म्हणतात-]

बर्वे : पण-पण- मी साफ सांगते हं! खडा मारायचा झाला तर माझ्या हातावर नाही, तर घागरीवर मारायचा. तसेही नको- खड्याने घागर फुटून मी ओलीचिंब झालेले मला नाही आवडावयाचे- हे काय हो, डोक्यावरची घागर फोडून मला ओलीचिंब करून असे काय म्हणून हसत पाहावयाचे? किती वेळ मी ओलेती उभी राहू? इतर गौळी-गौळणी जमल्या म्हणजे कसे? मला नाही गडे इतके निर्लज्ज होता येत. ही एवढी घागर घ्यायची आणि ह्यामधले पाणी आपल्या मुखकमलावरून फिरवायचे. उकाडा तो किती!

जावडेकर : गुरुदेव दत्त. विलक्षण आहे. नलावडेबाई, तुम्ही इतक्या रात्री?

बावडेकर : मी म्हटलं नव्हतं गुरुवार, साखरफुटाणे, उदबत्ती आणि आता प्रत्यक्ष नलावडेबाई!

बर्वे : एवढा माठ ठेवून घ्यायचा. हात अवघडला ना माझा!

जावडेकर : (धक्क्यातून सावरत) हो.. म्हणजे द्या ना. (माठ घेऊन ठेवून देतो.) नलावडेबाई, इतक्या रात्री आपण आणलात माठ? आपल्याला भीती नाही वाटली.

बर्वे : भीती? आणि आपल्याकडे येण्याची? युगायुगांचा वनवास संपण्याची शुभ लक्षणे दिसत असताना भीती ती कसली वाटणार? आपल्याला फार घाम येतो, हे मला का ठाऊक नाही? आऊटवर्डच्या फायली आपल्याकडून घेताना घामानं आपल्या हाताचा ठसा फायलीवर

उमटलेला बघितलाय मी. तो ठसा कापून काचेखाली ठेवलाय मी म्हटलं. म्हणून आणलंय हे पाणी. साधंसुधं नव्हे होऽ यमुनेचं आहे, यमुनेचं. इश्श! एवढं रोखून नाही गडे बघायचं. शेजारी भावोजी आहेत म्हटलं.

बावडेकर : मी म्हणजे आपलं ते हे.... फिरून येतो जरा.

(जाऊ लागतात. तोच जावडेकर त्यांना अडवत म्हणतात-)

जावडेकर : नाही बावडेकर, मी तुम्हाला जाऊ देणार नाही. माझ्या आयुष्यातला इतका महत्त्वाचा क्षण इथे साकार होत असताना तुम्ही जाता? ते काही नाही, मी तुम्हाला जाऊ देणार नाही.

बर्वे : बरं का बावडेकर भावोजी, एक आनंदाची बातमी तुम्हाला सांगायचीय.

बावडेकर : बोला वहिनी, बोला. देव पाण्यात ठेवून ज्या दिवसाची वाट तुम्ही पाहात होतात, तो हा दिवस आणि ह्यापेक्षा दुसरी आनंदाची बातमी ती कोणती?

बर्वे : घरच्या कुणाच्याही आधी प्रथम मी ह्यांना पाहिले. दुसऱ्या कोणी नाही पाहिले. ह्यांना मी प्रथम पाहिले आणि पहिल्या नजरेतच त्यांनी मला ओळखले आणि मी म्हणाले-

[ऑर्गन. सर्व स्टेज उजळले.]

पद : २ नाटक / स्वयंवर (१९१६)

मम आत्मा गमला हा,
नकळत नकळत हृदय तळमळत।
भेटाया ज्या देहा ।।धृ.।।
एकचि वेळ जरी मज भेटला।
जीव कसा वश झाला ।।
भाव दुजा मिटला,
वाटे प्राणसखा आला परतुनी गेहा ।।१।।

जावडेकर : गुरुदेव दत्त. काय हा आवाज नलावडेबाई! काय हा आवाज! उदबत्तीचा पुडा देतेवेळी बर्व्यांनी मला बजावलं की, हा गुरुवार फार वेगळा आहे; त्याची प्रचीती आत्ता आली. काय करंटा मी! इतकी वर्षे एकत्र नोकरी करूनसुद्धा तुमच्या स्वर्गीय आवाजाची कल्पना येऊ नये ना!

बर्वे : इश्श! ह्या आवाजातलं माझं काही नाही. अहो, ही सगळी त्या नारायणरावांची कृपा.

जावडेकर : म्हणजे नारायणरावांच्या का क्लासमध्ये आपण गाणं शिकलात?

बर्वे : जाऊ दे ते. आपण त्यात लक्ष घालू नाही.

जावडेकर : ध्यानी-मनी-स्वप्नी नसताना आपण स्वतः आलात आणि तेही माठ घेऊन!

बर्वे : माठ कधीचाच आणला होता पळवून. फक्त योग्य संधीची वाट बघत होते. म्हटलं, गुरुवारच बरा. (इकडे-तिकडे पाहात-)
बाईऽ बाईऽ बाई! काय हा पसारा तरी! घराचा अगदी उकिरडा करून टाकलाय. काय हा केर! पाण्याच्या पिंपाला नुसती शेवाळ्याची पुटे चढली आहेत. छेः!

बावडेकर : काय करणार नलावडेबाई! कुणी तरी मनावर घेतलं पाहिजे. अहो, ब्रह्मचाऱ्यांच्या दोन खोल्या ह्या! जावडेकर एकटेच किती दिवस आवरणार?

बर्वे : (विलक्षण लाजत) चलाऽ काही तरीच तुमचं...

जावडेकर : तुम्ही म्हणजे अगदी...

बावडेकर : काय केलं मी? काही खोटं बोलतो का? तेव्हा मी जरा पाय मोकळे करून येतो, तोपर्यंत निवांत बोला काय ते. एकदा सगळं उरकून टाकू आपण. चला. (जातो.)
[आता जावडेकर आणि बर्वे स्टेजवर दोघे जण अवघडलेले, संकोचलेले.]

जावडेकर : बसा ना!

बर्वे : नको, राहू दे!

जावडेकर : बसा ना!

बर्वे : आधी आपण बसायचं.

जावडेकर : दिवसभर बसावंच तर लागतं. बसा ना. मी... मी इथे बसतो. तुम्ही तिथे बसा. नाही तर नकोच. तुम्ही इथे बसा. मी तुमच्या जवळ... जवळ... छे! हा बावडेकर म्हणजे मिश्किल आहे अगदी. नाही का? तुम्हाला काय वाटतंय?

बर्वे : मला मेलीला काय वाटणार?

जावडेकर : म्हणजे असं की, मनात काय विचार येतात?

बर्वे : माझ्या मनात आत्ता काय विचार आला, सांगू? वाटलं, आत्ता जर दिवे गेले तर....

जावडेकर : बाप रेऽ!

बर्वे : (हसून) असं बावरून जायचं नाही. गेले दिवे तर बत्ती पेटवीन मी. साधीसुधी नव्हे हो, चांगली झिरमिळ्यांची पेटवीन. असा पंप मारीन असा पंप मारीन की, बघत राहाल नुसते. सगळ्या प्रकारच्या बत्त्या मला येतात पेटवता. हो! खरंचऽऽ! आपली शप्पथ. पूर्वी तर जर्मन म्यांटलच्या मिळायच्या. आता आपल्या साध्या.

जावडेकर : अरे वा! छान! छान! म्हणजे साहेबसुद्धा म्हणाले परवा. म्हणाले, असे एकटे किती दिवस राहणार? म्हातारपणी त्रास होईल. म्हटलं, मुद्दाम असं एकटं कोण राहातं आणि तसं बघितलं तर सगळेच एकटे. पण वाटलं, साहेबांच्या रूपानं जणू नियतीच बोलली. त्यानंतर गुरुवार आला... उकडत होतंच, तोच तुम्ही आलात माठ घेऊन- म्हणजे... छे... हे बावडेकर मधेच म्हणजे... नलावडेबाई, आय लव्ह यूऽऽ... (एकदम लाजून बसतात.)

बर्वे : खरंच? खरंच का हे? हे स्वप्न की सत्य? साहेबांच्या रूपाने नियती सत्य तेच बोलली. पण विचार करा- माझ्यासारख्या गरीब विनापत्य विधवेला...

जावडेकर : हां! खबरदार पुन्हा असे काही बोलाल तर!

बर्वे : असं वाटतं, माझ्यासारख्या स्त्रीला जो मनाविरुद्ध मिळाला तो शिशुपाल काळाने ओढून नेला, पण असला पुरुषश्रेष्ठ त्या शिशुपालाला माळ घालावी असं वाटलं तरी कसं बाई! तेव्हा का नाही साहेब भेटले? पण आता मात्र सगळ्यांच्या देखत जयजयकार करून आपल्या गळ्यात माळ घालणार आणि म्हणणार- [ऑर्गन वाजतो.]

पद : ३ नाटक / स्वयंवर (१९१६)

नरवर कृष्णासमान घेतसे जन्मा ।
भाग्य उदेले हे, शिकवी सुकर्मा ।।धृ।।
बहुत नृपति ते आले गेले।
परि मनाला यदुवर झाला मंत्र महान ।।१।।

बावडेकर : वा! वा! वा! आम्हाला अगदी श्रीकृष्ण करून टाकलेत!

बर्वे : इतकं सुख... अपार सुख मला पेलवेल ना हो? भीती वाटते. ह्या सुखाने भोवळं येईलसं वाटतं.

जावडेकर : भीती कसली नलावडेबाई?

बर्वे : इश्श! सारखं नलावडेबाई, नलावडेबाई काय करायचं ते?

जावडेकर : तुमचं नाव मला...

बर्वे : माझं नाव... काय वेंधळी मी! एकदम रुक्मिणीच तोंडात आलं. पण तो अधिकार माझा नव्हे देवा. मी आपली कुसुमावती आणि आपलं नाव...

जावडेकर : मी...

[नाव सांगणार इतक्यात बर्वे म्हणतात-]

बर्वे : दिनेश्वर! दिनेश्वरच असलं पाहिजे. खरोखर स्वप्न आणि सत्याच्या उंबरठ्यावरच माप ओलांडण्याची वेळ हीच म्हटली पाहिजे. इतके दिवस मेलं नुसतंच माप दिसायचं, पण दारच नसायचं! कधी दूरवर दाराची चौकट दिसली, तर मापच नसायचं. आयुष्याची मयसभा संपून पडलेल्या ह्या आशेच्या किरणात बघितलंत का ते माप कसं चकाकतंय ते! अग्गोबाई! एक सांगायचं विसरले. कुसुमावती हे माझं पाळण्यातलं नाव, बरं का. पण सगळे म्हणायचे सारंगनयना. कुसुमावती आणि सारंगनयना ह्या दोघी कोण होत्या, माहीत आहे?

बावडेकर : काय थट्टा करता आहात! अहो, कुसुमावती आणि सारंगनयना म्हणजे नलावडेबाई तुम्ही!

बर्वे : साफ चूक! ह्या दोघी होत्या सुभद्रेच्या दासी. त्यातल्या सारंगनयनेचं आणि सुभद्रेचं कधी जमलंच नाही. आणि तेच नाव नेमकं माझ्या वाट्याला आलं. मी सुभद्रेला परोपरीनं सांगायची- दोन्ही दासीच तर आहेत; त्यात काय मेलं डावं-उजवं करायचं? माझं मेलीचं कोण ऐकणार? सारखी मेली रस्सीखेच! कंपनीत जीव अगदी मेटाकुटीस यायचा. खेळानंतर जेवायच्या पंगतीतदेखील कुसुमावती आधी बसायची. अशी संकटांवर संकटं चालून यायची. माझा गोंधळ उडायचा आणि पडद्यामागच्या अंधारात ठेचकळत मी म्हणायची-

(बर्वे स्फुंदत गाणे म्हणतात.)

पद : ४ नाटक / सौभद्र- (१८८२)
वद जाऊ कुणाला शरण ।
करील जो हरण संकटांचे ।
मी धरीन चरण त्याचे ।
अगं सखये मी धरीन चरण त्याचे ।।धृ।।
बहु आप्त बंधु बांधवा, प्रार्थिले कथुनि दुःख मनिचे।
हे होय विफल साचे।
अगं सखये ते होय विफल साचे ।।
मम तात जननि मात्र ती ।

बघुनि कष्टती । हाल इचे ।।
ने चलेचि काही त्यांचे ।
अगं सखये न चलेचि काही त्यांचे ।।
जे कर जोडूनि मजपुढे नाचले ग धवे यादवांचे ।।
प्रतिकूल होती साचे ।।
अगं सखये प्रतिकूल होती साचे ।।

[गाणे संपल्यावर बावडेकर प्रवेश करतात. हातात लग्नाचे फुलांचे पोशाख, तुरे वगैरे.]

जावडेकर : हे काय आणलंत तुम्ही?

बावडेकर : शुभस्य शीघ्रम् ! वेळ दवडून उपयोग नाही.

जावडेकर : ह्याचा अर्थ?

बावडेकर : कमाल करता! ह्याचा अर्थ लग्न?

बर्वे : अगंबाईऽ लग्न? आत्ता लगेच...!

जावडेकर : इतकी घाई कशाला?

बावडेकर : (हलकेच) पुन्हा मत बदलायच्या आत उरकलेलं बरं. (उघड) गोष्टी वेळच्या वेळी झाल्या म्हणजे बरं असतं.

जावडेकर : सारंगनयने, फार घाई होतीय असं नाही का वाटत तुला?

बर्वे : माझं मेलीचं ते काय मत! कंपनीच्या मालकांनी सांगायचं आणि आम्ही ऐकायचं.

जावडेकर : मी म्हणजे कंपनीचा मालक वाटतो तुला?

बर्वे : तसं नव्हे. जिभेची जुनी वळणं जात नाहीत. अंमळ त्वरा होते आहे वाटतं. निदान वल्लरीस तरी बोलावलं असतं.

जावडेकर : ही वल्लरी कोण?

बर्वे : शारदेची मैत्रीण. तिच्याच वयाची. दोघी देवळात बरोबरच जायच्या. शिवाय अजून साहेबांनाही कळवलं नाही.

बावडेकर : मी मघाशी फोन करून आलोय. सर्व प्रसंगाची कल्पना दिलीय. म्हणाले, गो अहेड. जमलं तर मी येईन, अन्यथा शुभसंदेश पाठवीन. गोष्टी तरी कशा वेगानं घडल्या, पाहता आहातच.

बर्वे : अहो...

जावडेकर : काय म्हणतेस सारंगनयने?

बर्वे : नाही... पण म्हणजे कसं विचारावं तेच समजत नाही...

जावडेकर : बोल, निःसंकोचपणे बोल. एकदा हे सगळं स्वीकारायचं ठरविल्यावर

असा परकेपणा का बरं?

बर्वे : पण म्हणजे... काय म्हणते मी, ऐकलं का?

जावडेकर : ऐकतोय; सारंगनयने, ऐकतोय. तुझा प्रत्येक शब्द जीवाचे कान करून ऐकतोय. नाहीतरी इतके दिवस उपयोग तरी काय होता या कानांचा? मांसाच्या पाटवड्या नुसत्या. मला कळायचं नाही की, ह्या मिळालेल्या दोन कानांचं आपण करायचं तरी काय? कुणासाठी असतात हे कान? कुणाचं बोलणं कानांवर पडावं, असं वाटतसुद्धा नाही. अगदी कंटाळा आला की स्वतःचे कान पकडून 'च्याऊ-म्याऊ' करायचं. पण आता तसं होणार नाही. सारंगनयने, आता च्याऊ-म्याऊ बंद, फक्त तुझ्या मधुर स्वरांनी माझे कान लाल-लाल होणार आहेत. सांग, काय म्हणत होतीस?

बर्वे : मला... म्हणजे इतकंच विचारायचं होतं की, आपल्याकडे चिवडा असेल नाही थोडा? भूक लागलीय मला.

जावडेकर : चिवडा? आता ह्या वेळी?

बर्वे : बघायचं थोडं. असेल उरला चिवडा म्हणते मी!

जावडेकर : बावडेकर, जरा पलीकडचे डबे आणता?

बावडेकर : इतक्या रात्रीचे डबे आणू म्हणता...

जावडेकर : हो, जरा आणा. सारंगनयनेला भूक लागलीय....

बावडेकर : वहिनींना का भूक लागलीय? हे आत्ता आणतो डबे! (बावडेकर जाऊन बिस्किटांचे रिकामे डबे घेऊन येतो. बर्वे डबे उघडून बघतात.)

जावडेकर : मला वाटतं, थोडा चिवडा उरला असावा.

बर्वे : (हातात एक डबा घेऊन) शीः! काय वास येतोय ह्याला. असला चिवडा तुम्ही खाता? मला नाही हो असला घाणेरडा प्रकार खपणार. आताच्या आता फेकून देते मी.

जावडेकर : त्याला वास येतोय. मान्य करतो मी. पण इतक्या रात्री चिवडा फेकलाच पाहिजे का? उद्या सकाळी टाकून देऊ.

बावडेकर : तेच म्हणतो मी वहिनी!

बर्वे : ते काही चालायचं नाही. मी आताच्या आता जाते आणि चिवडा फेकून येते. आणि हे पाहा, लगेच माझ्या मागे येऊ नका कोणी. मला तसलं आवडायचं नाही.

[फट्कन अंधार. अंधुक प्रकाशात लोडाला टेकलेले शामराव दिसतात. काळी ओढणी पांघरून बर्वे येतात. हातात चिवड्याचा डबा.

चिवडा शामरावांना काढून देताना म्हणतात-]

बर्वे : हा एवढा चिवडा घ्यायचा. मी म्हटलं नव्हतं, आज तुम्ही उपाशी नाही राहणार.

शामराव : कुठे चाललीस?

बर्वे : पलीकडे.

शामराव : कशाला?

बर्वे : गिऱ्हाईक आलंय.

शामराव : इतक्या रात्री?

बर्वे : कसं सांगू शामराव! काहींना उदबत्त्या रात्रीच्याच लागतात. आपल्याला काय, तेवढाच खप.

शामराव : धंदा वाढला पाहिजे बेगम, पण गिऱ्हाइकाशी जादा सलगी कामाची नाय. मला ते खपनार नाय. गाठ शामरावाशी आहे, ध्येनात ठेव. आणि त्या...

बर्वे : जास्त बोलून आपली जीभ विटाळू नका शामराव. आयुष्यात पुण्य मिळावे म्हणून तुमच्यासारख्या शिशुपालालादेखील मी जवळ केलं. म्हणून मनोभावे सेवा केली ती ह्याचसाठी? सांगा, हीच का माझ्या सेवेची किंमत? हाच का माझ्यावरचा विश्वास? किती केलं तरी बेगम अखेर अबला ती अबलाच. विश्वास ठेवायचा. मी खरंच उदबत्त्या विकत्ये हो.

[बर्वे बाजूला होऊन चिवड्याच्या रिकाम्या डब्यावर बसून हुंदके देतात. फक्त त्यांच्यावर प्रकाश. शामराव अंधारात. बर्वे स्वतःला सावरतात. आणि पुढील स्वगत म्हणतात-]

बर्वे : (स्वगत) उदबत्ती विकायच्या निमित्ताने शामरावांना तर मस्त गुंगारा दिला. रडले काय, आर्जवे केली काय- सगळीच मेली मौज! पण आयुष्यभर उराशी जपलेला श्रीकृष्ण, जावडेकरांच्या रूपानं अखेर भावला म्हणायचा. त्यात बावडेकरदादांसारखा हुशार आणि कल्पक मध्यस्थ नसता, तर बाई माझी एकटीची काही डाळ शिजली नसती. मला तर बाई लाजेने मानदेखील वर करता येईना. त्यात मेलं हे चिवड्याचं प्रकरण निघालं. स्वारी मागोमाग बघायला आली नाही म्हणून बरंय. नाही तर ह्यांच्या नजरेला शामराव पडले असते आणि (बर्वे एकदम दचकतात. मागे अंधारात जावडेकर उभे असल्याचे त्यांच्या लक्षात येते.)

बर्वे : अगोबाईऽऽ ह्यांचीच स्वारी इकडे येतीय! पण मुद्रा रागाची म्हणायची की संशयाची मानायची?

[जावडेकर जवळ येतात.]

जावडेकर : सारंगनयने, तुम्हा बायकांच्या हौसेला मोल नाही, हेच खरं. किती काळजीत टाकता आम्हाला. इतक्या रात्री चिवडा अगदी टाकायलाच हवा होता का? आणि इतका वेळ का लागला?

बर्वे : अहो, गम्मतच झाली. मी टाकायला म्हणून गेले आणि चाळीतला कचऱ्याचा डबा तर भरून गेलेला. म्हटलं, आता रात्रीचा कुठं टाकायचा? मनात आलं- मस्त चांदणं पडलंय बाहेर, तेव्हा टाकावा गट्टम करून. तोच एक लंगडा भिकारी दिसला येताना. त्याच्या ओंजळीत अलगद टाकला चिवडा आणि परत निघाले तर आपण सामोरे आलात. (घाबरलेले दिसतात.)

बावडेकर : पण काय गं सारंगनयने, आणि मुद्रा अशी भेदरलेली का झालीय?

बर्वे : तुम्ही... तुम्ही नक्की काय बघितलंत अंधारात?

जावडेकर : हे बघ, काय झालं ते स्पष्टपणे सांग बघू- चिवडा टाकायला तू गेलीस तेव्हा नक्की काय घडलं?

बर्वे : तसं विशेष काही नाही...

जावडेकर : सारंगनयने, गाठ माझ्याशी आहे, लक्षात ठेव.

बर्वे : (रडकुंडीला येऊन-) अहो, काय घडायचं आहे त्यात? चिवडा दिला. परतले तोच एकदम एकीला लागली मला, म्हणून मग चाळीच्या कडेला... बायकांचं सगळं कसं सांगू मी?

[स्तब्धता.]

जावडेकर : माफ कर सारंगनयने, माफ कर. मी भलताच संशय घेतला.

[बावडेकर तावातावाने प्रवेश करतात.]

बावडेकर : जावडेकर, तुम्ही? आणि वहिनी तुम्हीसुद्धा? अरे, काय काळ-वेळ आहे की नाही तुम्हाला? तिकडे मी मारे तुमच्या गांधर्वविवाहाची सिद्धता करतोय आणि हे भावी जीवनाचे साथीदार आपले चिवड्याच्या नायनाटात मग्न! चला, चला. मी साहेबांनासुद्धा फोन करून ठेवलाय. दिवस उजाडायच्या आत सगळं उरकून टाकलेलं बरं. नाही तर सकाळी ऑफिसला जायला उशीर व्हायचा आणि खात्यावर निष्कारण हाफ्-डे पडायची.

[बर्वे जातात. बावडेकर जावडेकरांना जाता-जाता म्हणतात-]

बावडेकर : एवढे एरंडासारखे वाढलात जावडेकर, पण साधा वास येण्याच्या आत चिवडा टाकता नाही येत तुम्हाला? चला.

जावडेकर : अहो, नेहमी असं होतं का?

बावडेकर : बरं, चिडू नका. लग्नाच्या वेळी थोबाड जरा हसरं ठेवा. चला-

[स्टेज उजळलेले. सनईचे स्वर येतात. जावडेकरांना फुलांच्या मुंडावळ्या बांधतात. हातात हार देतात. तोच मुंडावळ्या घातलेले, शेला पांघरलेले बर्वे प्रवेश करतात. लाजून मान खाली. हातात हार. सनई जोरात वाजते. दोघे एकमेकांच्या गळ्यात हार घालतात. नजरानजर होते. बर्व्यांना हुंदका आवरत नाही. ते बाजूला जाऊन रडू लागतात. बावडेकर जवळ जात म्हणतात-]

बावडेकर : नाही, नाही वहिनी, आता डोळ्यांतून पाणी नाही काढायचं. अंऽ हं. अजिबात नाही. अहो, आम्ही का कुणी परकी माणसं आहोत? इतकी वर्षं आपण एकाच ऑफिसात काढली वहिनी, पण आज जावडेकरांच्या जीवनात एक नवं मस्टर सुरू होणार आहे. रजिस्टर नवं पान आज उलटणार आहे. वहिनीऽ वहिनी, सांभाळा... सांभाळा आमच्या जावडूला. भोळा सांब आहे हो, भोळा सांब आहे अगदी. निर्व्यसनी. शिवाय सुटीच्या दिवशीदेखील काम करतो. नाही म्हणत नाही. इतक्या वर्षांच्या एकाकी वाटेवर आज तुमची प्रेमाची साथ मिळतीय. म्हणून मी तुम्हाला हाक मारणार आहे 'साथी वहिनी' माझ्या हाकेला ओ देणार ना?

बर्वे : काळजी नका करू भावोजी. तुमच्या जावडूला मी फुलासारखा जपीन हो, फुलासारखा जपीन. आयुष्यात अशी फुलं पुन्हा वाट्याला येत नसतात. पण मला ती संधी मिळालीय. ह्या माझ्या श्रीकृष्णाला- गोकुळीच्या या नटवराला माझ्या पंचप्राणांची साथ देईन.

[बावडेकरांचे लक्ष जावडेकरांकडे जाते. ते एकटेच उभे दिसतात. त्यांना बावडेकर म्हणतात-]

बावडेकर : जावडेकर, सांभाळा. सांभाळा आमच्या नलूला. त्यांना कुणीच नाही म्हणूनच ह्या माझ्या मानलेल्या बहिणीचं- ह्या नलूताईचं मी हे असं कन्यादान करतोय. राग धरायचा नाही. अहो, आईवेगळी पोर. गरिबांच्या वसतिगृहात वाढली आणि वसतिगृहाच्या व्यवस्थापकाकडून फसवली गेली. पण दैवानं लवकरच सुटका

केली. हृदयक्रिया आकस्मिक बंद पडून तो नरराक्षस मेला. आमच्या ह्या नलूताईच्या आयुष्याच्या उन्हावर नियतीने जणू प्रेमाची छत्रीच धरली आणि आज आपण तिचा उद्धारच केलात! तिच्याकडे केवळ एक विधवा म्हणून न बघता एक सामाजिक कर्तव्य म्हणून तिला पत्करलीत, धन्य झालात. पण आता जपायचं, ह्या तिच्या भावाची सावली तिला आता मिळणार नाही...आता नाही मिळणारऽ

[हुंदका आवरतात. जावडेकर पण सद्गदित झालेले.]

जावडेकर : असं का म्हणता? आपण तर इथेच राहणार. आपल्या बहिणीचा संसार सजवायला बावडेकर तुम्ही येणार नाही? सांगा, येणार नाही?

बावडेकर : (हुंदका आवरत) येणार... येणार... येणार!

[तिघे जण आपापल्या परीने रडू लागतात. तोच झांजेचा गाँग वाजतो. तिघे जण चमकून बघतात. अंधुक उजेडात शामराव उभे असतात. विडी पीत आहेत. मुद्रा क्रूर.]

बावडेकर : कोण आपण?

शामराव : मी कोण? (खलनायकी हसतात.) म्हणजे, आपण आम्हाला ओळखलं नाही? काय बाईसाहेब, आमची ओळख इसरलात?

जावडेकर : तू... तू ओळखतेस ह्यांना?

बर्वे : (विलक्षण घाबरलेले) मी... मी म्हणजे... उदबत्ती... म्हणजे.. चेहरा ओळखीचा वाटला...

शामराव : चेहरा ओळखीचा वाटतोय! (विकट हास्य) मला साहेबांचा माणूस म्हनतात.

जावडेकर : साहेबांचा माणूस म्हणजे...

शामराव : मी सायबाच्या बंगल्यावर आसतो. जिन्याखाली राहतो. निरोपाची कामं आपल्याकडं आसतात.

जावडेकर : पण इतक्या रात्रीचे...

शामराव : आपन फोन केला होता. साहेब म्हनाले, जाऊन ये. किती केलं तरी नलावडेबाईंचं लगीन!

बावडेकर : आपल्याला मुद्दाम लग्नासाठी पाठवलं साहेबांनी?

शामराव : तर! लगीन निघालं म्हणून तर आलो रात्रीचा.

बर्वे : काही काम...

शामराव : नलावडेबाई, कामाबिगर यायची हौस नाही आपल्याला.

बर्वे : काही निरोप सांगितलाय का साहेबांनी?

शामराव : निरोप नाही, पन चिठ्ठी आहे.

बावडेकर : बघू.

[शामराव चिठ्ठी देतो.]

शामराव : सावकाश वाचा. येतो मी. नलावडेबाई, साहेब म्हणाले– आम्हाला विसरू नका. ओळख ठेवा. बंगल्यावर चक्कर असू द्या. जिन्याखाली मी आसतोच. (जाऊ लागतो.)

बर्वे : आपलं नाव...

शामराव : माझं नाव काय? माझं नाव 'घनश्याम'.

[गाँग वाजतो. विकट हास्य करीत शामराव जातो.]

बर्वे : घनश्याम, शीः! काय ध्यान होत मेलं! मी... मी जरा आत जाऊन आले हं!

(बर्वे आत जातात.)

जावडेकर : चिठ्ठीत काही विशेष बावडेकर?

बावडेकर : (गंभीरपणे) सगळंच विशेष.

जावडेकर : ह्याचा अर्थ?

बावडेकर : ह्याचा अर्थ सगळं संपलंय.

जावडेकर : काय लिहिलंय त्यात? सांगा, सांगा ना–

बावडेकर : काही तरी घोटाळा झालाय. साहेबांना फोन आला होता वरच्या ऑफिसचा. डायरेक्टर साहेबांचा. ते म्हणतात, एकाच जागेवर चुकून दोन क्लार्क्सची नेमणूक केली गेली. ऑडिट ऑब्जेक्शन आहे. साहेब म्हणतात, आपल्या दोघांपैकी एकाची नोकरी जाणार.

जावडेकर : असं होणार नाही... असं होणार नाही...

बावडेकर : तसंच झालंय होऽ तसंच झालंय. आजचा गुरुवार आपल्याला लाभला नाही.

[बर्वे येतात. दोघे जण गप्प]

बर्वे : हे काय, तुम्ही असे गप्प का? चिठ्ठी वाचली ना साहेबांची?

जावडेकर : हो, वाचली.

बर्वे : काय होतं चिठ्ठीत...?

[जावडेकर काही सांगणार इतक्यात बावडेकर पुढे होत म्हणतात...]

बावडेकर : चिठ्ठीत लिहिलंय, 'नांदा सौख्य भरे!– नांदा सौख्य भरे!' (निघून जातात.)

बर्वे : खरंच? अखेर एका तरी आप्ताचा शुभ संदेश आला म्हणायचा! आणि ऐकलं का, आत गाद्या घातल्यात म्हटलं. चलायचं. गादीवर प्रथम उजव्या पायाचा अंगठा टेकवायचा.
[बर्वे लाजेने चूर. जावडेकर स्तंभित. ऑर्गनवर 'माडी वरी चल गं सखे'चे सूर वाजतात.]

अंक पहिला संपला.

अंक दुसरा

[पडदा वर जातो तेव्हा बावडेकर आणि जावडेकर पहिल्या अंकाच्या सुरुवातीसारखे बसलेले. दोघेही अस्वस्थ आहेत.]

बावडेकर : मग काय ठरलं तुमचं?

जावडेकर : बघू या.

बावडेकर : अहो, बघू या काय? आज जवळजवळ तीन महिने झाले तरी तुमचा निर्णय होत नाही. आत्ता महत्त्व नाही कळणार, पण एक दिवस ते हे आपलं... म्हणजे नोकरी गेल्याची ऑर्डर हातात पडेल ना, तेव्हाच समजेल.

जावडेकर : हं. मी काय म्हणतोय की, इतकी घाई काय म्हणून? जरा शांतपणे विचार करून मग ठरवू.

बावडेकर : घाई काय, बघू या! हा, हा सगळा ना तुमचा नाकर्तेपणा आहे. अहो, कृती करणार केव्हा? छे! विचार करकरून डोकं फुटायची वेळ आलीय. दिवसभर कशात लक्ष लागत नाही. कामात चुका होतात. साधा रस्तासुद्धा क्रॉस करताना भीती वाटते. सगळे फिदी-फिदी हसतात असं वाटतंय. हे बघा- नखं कुरतडून जिव्हाळी लागलीत दहा बोटांना. आमटीत हात घातला ना, की झोंबतंय.

जावडेकर : येऊ दे ना. येऊच दे एकदा ऑर्डर, मग पाहू या. हे बघा, आपल्यापैकी कोणाची नोकरी जाणार- माहिती नाही. एकाच्या नशिबी आहे बेकारी. कुणाच्या, ते श्री दत्ताला माहिती! माझे अभिषेक सुरू आहेतच.

बावडेकर : तुमचं ठीक आहे. काय म्हटलं मी, तुमचं ठीक आहे. गेली नोकरी तरी आहेत वहिनी. मिळवतं माणूस आहे घरात. मी... मी काय करायचं? सांगा ना, मी काय करायचं ते. ह्या... ह्या वयात का काढलं म्हणून खटले भरत बसू? युनियनच्या मागं लागू? ते कोर्टाचं वगैरे मला झेपणार नाही. त्यात पडणारा मी माणूस नव्हे. मी कशातच पडणारा नव्हे. आपण बरं, की आपली नोकरी बरी. पण ती जाणार. म्हणजे

आपणच आपले बरे. तो... तो दगड घ्या आणि मारा मला! म्हणजे खोक तरी पडेल. रक्त येईल. वेदना होतील खूप. निदान माझं लक्ष तरी त्या वेदनेत गुंतून पडेल. रोज ड्रेसिंग करा, पट्ट्या बदला... आणि ते हे... आपलं म्हणजे- छे! (एकदम गप्प होतात.)

जावडेकर : इतके वैतागू नका. निघेल काही तरी मार्ग. आपण ओळख काढू वरच्या ऑफिसात!

बावडेकर : ओळख निघेल म्हणता? निघाली तर फार बरं होईल. हे कसं एकटं राहाणं नि त्यात नोकरी जाणं. वैऱ्यावरदेखील असा प्रसंग ओढवू नये.

जावडेकर : त्या सोमणांचा साडू आहे वरच्या ऑफिसात कामाला. त्याची ओळख निघेल डायरेक्टरांकडे.

बावडेकर : असं? सोमणांचा साडू म्हणजे आनंदीबाईच्या धाकट्या बहिणीचा नवरा की...?

जावडेकर : मधल्या, मधल्या बहिणीचा नवरा.

बावडेकर : हो, बरोबर, मधल्या. म्हणजे पाटणकरांना दिलेली, मला वाटतं.

जावडेकर : हो, तीच. मागे, साधारण झाली असतील ५-६ वर्षं, आपल्याकडे लीव्ह व्हेकन्सीवर लागली होती.

बावडेकर : हो, हो. म्हणजे आठवलेबाईंच्या मॅटर्निटी लीव्हच्या वेळी... मुलगा मोठा असेल नाही आठवलेबाईंचा?

जावडेकर : मोठा कसला, कमालच करता! गेला नाही का झाल्या-झाल्या?

बावडेकर : खरंच की! त्यानंतर काहीच नाही, मला वाटतं...

जावडेकर : कुणाला?

बावडेकर : आठवलेबाईंना-

जावडेकर : नाही. त्यानंतर नाही. मधे दिवस गेले होते, पण ॲबॉर्शन झालं.

बावडेकर : छे! मला नाही खरं वाटत. ॲबॉर्शन कसं होईल?

जावडेकर : अहो, झालं. मला माहीत आहे. नित्सुऱ्यांच्या हॉस्पिटलात झालं. आपला जगताप नाही का?

बावडेकर : प्यून?

जावडेकर : हो. तो त्यांच्या हॉस्पिटलात संध्याकाळचा असतो वरकामाला. मिळतात शंभर-दीडशे रुपये. वॉर्डबॉय की कंपाउंडर आहे म्हणत होता. त्यानीच सांगितलं मला.

बावडेकर : बरंय नाही? इकडचा पगार, वर शंभर-दीडशे म्हणजे वाईट नाहीत.

जावडेकर : वाईट काय, अहो चांगलेच आहेत. शिवाय रिक्षाचं लायसन्सपण आहे.

बावडेकर : खरंच की. मागे आपण ऑफिसच्या पिकनिकवरून आलो, तेव्हा त्यानीच तर सोडलं आपल्याला घरी.

जावडेकर : मजा आली नाही पिकनिकला? साहेब फार खुषीत होते अगदी. मला वाटतं, मुलगी पण आली होती त्यांची. ही आपली... काय बरं नाव तिचं?

बावडेकर : वसुधा.

जावडेकर : बरोबर, वसुधा. तुमच्या अगदी पक्कं लक्षात आहे!

बावडेकर : (भडकून) हे बघा, तुम्ही मुद्दा सोडू नका. हेतुपुरस्सर तुम्ही फाटे फोडू नका. आपण असं म्हणत होतो की, सोमणांचा साडू म्हणजे आनंदीबाईंच्या मधल्या बहिणीचा नवरा... त्याची ओळख निघेल वरच्या ऑफिसात, असं तुम्ही म्हणालात. त्याचं पुढे काय झालं? हे मधे ॲबॉर्शनचं कसं निघालं? माझा सगळा गोंधळ उडतो हो. ॲबॉर्शन कुणाचं झालं?

जावडेकर : आठवलेबाईंचं का पाटणकरांचं?

बावडेकर : बघा, म्हणजे तुम्हालासुद्धा धड आठवत नाहीय. रिक्षा कोणाची आहे?

जावडेकर : रिक्षा?

बावडेकर : जगताप चालवतो ती.

जावडेकर : डॉक्टरांची.

बावडेकर : वाटेल ते बोलू नका. त्यांची ॲम्ब्युलन्स असेल. बोलण्याच्या भरात चार चाकाची तीन चाकं करू नका. तर, आपण काय म्हणत होतो?

जावडेकर : सोमणांचा साडू-

बावडेकर : हां! तर हा जो कोणी आहे त्याची ओळख निघणार आहे की नाही-

जावडेकर : निघेल हो. काय मघापासून तेच तेच चाललंय. तुम्ही आपलं वसुधेचं बघा.

बावडेकर : म्हणायला ठीक आहे. फक्त एकच घोटाळा आहे. वसुधा ही साहेबांची मुलगी आहे, कुणाची विधवा नाही.
[स्तब्धता.]

जावडेकर : हे... हे तुम्ही बोलला नसता तरी चाललं असतं- नसते एकेकाच्या नशिबात कुमारिका.

बावडेकर : हो. पण सुरुवात तुम्ही केलीत.

जावडेकर : काय केलं मी?

बावडेकर : मुद्दाम तुम्ही वसुधेची आठवण उकरून काढलीत. तुमचा डाव ओळखतो मी. मला चिडवून-चिडवून वसुधेला मागणी घालायला

लावायचं, म्हणजे साहेब भडकणार आणि त्यातून नोकरी जाईल ती माझी. तुम्ही नवरा-बायको ऐटीत नोकरीवर जाल पगाराच्या बेरजा करत.

जावडेकर : (ओरडून) बावडेकरऽऽ काय बोलताय हे? शुद्धीवर आहात का? बोलण्याच्या ओघात वसुधा नाव निघालं. तुम्हाला वाटतो तितका मी कृतघ्न नाही आणि वसुधेला तुम्ही काय म्हणून मागणी घालाल? साहेबांचा जावई म्हणजे कलेक्टरचा मुलगा हे वर्षापासून ठरलेलं आहे. तुम्हाला हे माहीत आहे. उगाच वेड पांघरू नका. साखरपुड्याला रडू आवरेना तुम्हाला. सारंगनयनेनं काढली समजूत तुमची. ढसाढसा रडत होतात तुम्ही.

बावडेकर : खोटं आहे सगळं.

जावडेकर : हे पाहा- जे खरं आहे, जे घडलंय त्याला हो म्हणावं आणि कामाला लागावं. उगाच त्रागा करण्यात काहीही अर्थ नाही. तर, आपण काय म्हणत होतो की...

बावडेकर : सोमणांचा साडू.

जावडेकर : हां. त्याची वरच्या ऑफिसमध्ये चांगली ओळख आहे, कारण तो डायरेक्टरसाहेबांचा पी. ए. आहे.

बावडेकर : (घड्याळ पाहात) अरे बाप रेऽ आठ वाजले!

जावडेकर : खरंच की! बराच अंधार पडलाय. लग्न होऊनसुद्धा हॉटेलाची काही सवय सुटत नाही. घरी ही वाट पाहात असणार. आधीच ठरलेल्या वेळेत न परतण्याचा गुन्हा घडलाय, चला.

[दोघे परस्पर विरुद्ध दिशेला वळतात.]

जावडेकर : तिकडे कुठे चाललात? आपलं घर इकडे आहे.

बावडेकर : हो, पण तुम्ही पुढे व्हा.

जावडेकर : का? तुम्ही नाही येत?

बावडेकर : नाही म्हणजे...

जावडेकर : हे काय भलतंच! इतक्या वर्षांचा रिवाज आहे आपला.

बावडेकर : पहिल्यांदा ठीक होतं जावडेकर, पण आता चमत्कारिक वाटतं. तुम्ही वहिनी, नको... म्हणजे आपली बरी आहे जुनी खानावळ. घरी जेवण नको वाटतं. खरंच... येतो मी. झोपायला येईन.

[जातो. फक्त जावडेकरांवर प्रकाश.]

जावडेकर : (स्वगत) नोकरी जाणार असे कळल्यावर मैत्रीत पडलेला फरक आज

जाणवला. झाली ही गोष्ट अटळ होती, पण बरं नाही झालं. घरी मात्र माझी सारंगनयना विरहानं व्याकूळ झाली असणार. केविलवाण्या मुद्रेने आमच्या दोन खोल्यांत येरझाऱ्या घालून-घालून तिचे गोरे पाय नक्कीच शिणले असणार. मी गेलो रे गेलो की रागावेल काय, कोपऱ्यात काय बसेल... आणि आपल्या काळ्याभोर डोळ्यांनी माठाआडून माझा चोरून वेध घेईल. प्रणयरंगाचा कुंचला घेऊन मी जवळ जाताच म्हणेल-

[जावडेकर अंधारात. ऑर्गन वाजतो. बर्वे पुढील पद म्हणत प्रवेश करतात.]

पद : ५ नाटक/मानापमान- (१९१६)

विनयहीन वदता नाथा, नाही मी बोलत आता ।।धृ।।
रणरुचिरा रीती, ना शोभे प्रेमा ती
विनयवती मी कांता नाथा... ।।१।।

[गाण्याच्या शेवटी गाँग वाजतो. फक्त बर्वेवर प्रकाश. भेसूर हसणे ऐकू येते. शामराव समोर उभे असतात.]

बर्वे : (भेदरलेला) तुम्ही?

शामराव : होय, मी. साहेबांचा माणूस. बंगल्यावर असतो. जिन्याखाली राहातो. पण समय येताच जान कुरबान करून सायबाचा जीव वाचवतो.

बर्वे : पण तुम्ही इथे कसे?

शामराव : घाबरू नको नलावडेबाई, घाबरू नको.

बर्वे : मला घाबरण्याचं काय कारण? तुम्ही काय खून करणार माझा? का दरोडा घालणार आहात? पण जाऽ जा आता तुम्ही, नेमकी माझे यजमान येण्याची वेळ साधून आलात.

शामराव : यावंच लागलं. कारण ह्या वेळेला राक्षसवेळ असं म्हणतात. ह्या वेळेस दिव्य तेजालासुद्धा राक्षसी रंग चढून काळोखाच्या काळ्या-निळ्या राई माजून, त्यांच्यावर धुरक्या ढगांची पालवी पसरल्यामुळे विश्ववनाच्या माथ्यावरची तारापुष्पे पृथ्वीतलावरच्या प्रवाशांच्या दृष्टिआड झाली आहेत. काय बाई, बोलणं कसं जिव्हारी लागलं, नाही?

बर्वे : देवाधिदेवा, आता माझी... माझी कसली- गुरुदत्ता, आता तुझी लाज तुलाच! या वेळी जर माझ्या हाकेला धावला नाहीस तर अनाथनाथा मी... मी तुझ्यापुढे कधीही उदबत्ती लावणार नाही.. पण एका देवाला फार मोठ्या सुगंधाला मुकावं लागेल. पदर पसरते विश्वतारका! केवळ

उदबत्तीच्या तारणावर हे साहस करते आहे, तेवढं शेवटाला नेऊ देत रे.

शामराव : बाईऽ अहो बाईऽऽ उगा, उगा! मला साहेबांनी पाठवलंय.

बर्वे : कशाला?

शामराव : कशाला? (खलनायकी हसतो.) साहेबांना एवढ्यात विसरलात?

बर्वे : काही निरोप आहे का त्यांचा?

शामराव : निरोप नाही, पण तक्रार आहे.

बर्वे : कसली तक्रार? मी तर माझ्या कामात कधी कुचराई केली नाही. परवा बरीक हळदीकुंकू घातलं म्हणून लवकर निघाले, पण दुसऱ्या दिवशी हाफ-डेचा अर्ज दिला होता.

शामराव : बाई, ते म्हणतात- नलावडेबाई रुसल्या. आमच्याकडे बघत नाहीत, बोलत नाहीत.

बर्वे : असं? मग तुझ्या साहेबांना जाऊन सांग, जावडेकर घराण्याची तशी रीत नाही म्हणावं.

शामराव : बाई, तुमचं चुकलं. तुम्ही 'तुझ्या साहेबांना' म्हणाला. अवो, आधी साहेब तुमचे, मग आमचे. मनावर घेतलं तर तुम्हीसुद्धा आमच्याच की.

बर्वे : पायरी सांभाळून बोला.

शामराव : पायरी सांभाळावीच लागती. अवो, मी जिन्याखालचा माणूस. पायऱ्या नाही सांभाळल्या तर जिना राहील का? पायरीवरचा आवाज जिन्याखालच्या ढोलीत घुमतो, तो तेवढा आपला. तेव्हा घरंदाजपणा सोडा आणि बंगल्याची पायरी चढा.

बर्वे : हे बघा... (रागाने थरथरतो.)

शामराव : असं साहेब म्हणतात. मी फक्त निरोप्या. निरोप आला की येतो. तेव्हा शहानपणा सोडा आनी प्रपंच सांभाळून बंगल्यावर चक्कर टाका.

बर्वे : शरम नाही वाटत असलं बोलायला? तुम्हाला कोण- वाटले कोण मी? बाजारू वेश्या? चालायला लागाऽऽ आधी नजरेआड व्हा. जाता की थोबाड फोडू...

(हात उगारतात. शामराव हात धरून ठेवतात.)

शामराव : थोबाडावर राग आणि रिकामा हात, हे बरं नाही. (गजरा काढून बांधत) साहेबांनी दिलाय. अवमान करू नाही. आता हाताला शोभा आली.

बर्वे : (हलकेच) सोडा, सोडा हात... मी ओरडेन.

शामराव : (हात घट्ट धरत) वरडणार? वरड, वरड. तिच्या मायला! आगं, तू नाही वरडणार. हिम्मत नाही तुझ्यात, ते साहेबाला बरोबर समजलंय.

तेव्हा बंगल्यावर चक्कर टाका. साहेबांच्या बाई माहेरी गेल्यात. एक ध्येनात ठेवा– मनात येईल तवा मी बंगल्यात कोंडून ठेवीन, पण त्यात मजा नाही. बाई, तुम्ही आपणहून आलं पाहिजे. ऑफिस सुटल्यावर पटदिशी बंगल्यावर येऊन जावा. (शामराव जायला वळणार इतक्यात जावडेकर प्रवेश करतात. जावडेकरांचे लक्ष शामरावांकडे जात नाही.)

जावडेकर : माफ कर. सारंगनयने, माफ कर. ठरलेल्या वेळी परतू शकलो नाही. वेळेचं भानच राहिलं नाही... हे काय? तू अशी गप्प का?
(शामरावांना भेटतो.)
हे कोण?

बर्वे : हे साहेबांच्या बंगल्यावर असतात.

जावडेकर : आपल्याकडे काही काम?

बर्वे : उदबत्त्या संपल्या होत्या बंगल्यावरच्या. दुकानं बंद झाली म्हणून आपल्याकडे पाठवलं ह्यांना. हा घ्या पुडा. (पुडा देतो.) साहेबांना उदबत्तीची भारी आवड.

जावडेकर : तुम्हाला कोठे तरी पाहिल्यासारखं वाटतंय.

बर्वे : इश्श! कमाल करता. आपल्या लग्नात नाही का ओळख झाली?

जावडेकर : लग्नात?

बर्वे : अहो, चिठ्ठी घेऊन आले होते साहेबांची–

शामराव : पटली का ओळख? रामराम. बंगल्यावर कधी आला तर ओळख ठेवा गरिबाची. येतो वहिनी. तेवढी चिठ्ठी ठेवा म्हणावं. तिकडचा गजरा इकडे मिळाल्यावर तिकडे उदबत्ती पेटलीच पाहिजे. रामराम. (शामराव जातात.)

बर्वे : गेली एकदाची पीडा. लंगडा मेला! त्यात विड्यांचा वास. चक्कर येईल असं वाटलं. डोकं भणभणतंय नुसतं.

जावडेकर : जाऊ दे गं. दिवसभराच्या परिश्रमानंतर थकून आलेल्या पतिराजाचे स्वागत करण्याची तुझी पद्धत न्यारीच म्हटली पाहिजे. वाटलं होतं– आल्यावर रागावशील, रुसून बसशील आणि राग काढता–काढता अवघे दृश्य प्रणयरंगात न्हाऊन निघेल. पण इथे प्रणयरंगात चिंब भिजणं तर सोडाच, रंगाचा पहिला हात मारण्याची मारामार...
[बर्व्यांना चक्कर येते. ते गप्प होतात. पण सावरतात.]
काय झालं सारंगनयने? तब्येत बरी आहे ना? डॉक्टरला बोलावू...

बर्वे : डॉक्टर नको... अगं आईऽ गं...

जावडेकर : मग?

बर्वे : अहो, आता असंच व्हायचं.

जावडेकर : का बरं?

बर्वे : वेडेच आहात. कसं समजत नाही? थोडा मोरावळा आणून द्यायचा.

जावडेकर : मोरावळा कशाला आता ह्या वेळी?

बर्वे : कर्म माझं! अहो, मळमळतंय अंमळ. आणा म्हणते ना–

जावडेकर : काय होतंय, नीट सांग बघू मला.

बर्वे : रेशनकार्डावर आता जास्त साखर मिळणार.

जावडेकर : का पण?

बर्वे : नाही कळलं? एक आणि एक किती?

जावडेकर : दोन.

बर्वे : नव्हे हो.

जावडेकर : मग किती? सांग, सांग ना.

बर्वे : एक आणि एक... (लाजून चूर. 'तीन' हा आकडा उच्चारत नाही. चोरून तीन बोटे दाखवतात. हातात चेहरा लपवतात आणि म्हणतात–) अहो, मी राहिले... मी राहिले. तुमच्यापासून मला दिवस गेले! तुमच्यापासून मला दिवस गेले!

[जावडेकर अत्यानंदित.]

जावडेकर : काय म्हणतेस काय सारंगनयने! एवढ्यात काम फत्ते? गुरुदत्ता, ह्या वयातदेखील नवीन माणूस आमच्या मस्टरवर पाठवतोस? गुरुदत्ता, अरे, ह्या वयात पाठीत मारलेला हा आनंदाचा बत्ता मला सोसवेल ना रे? बोल, बोल! श्री दत्ता, दत्त्या, दत्तुल्या, दत्तीटल्याऽ देंट्स! गधड्या! अरे, कसला रे हा आनंद पाठवलास माझ्याकडे! की सुख सुख ज्यास म्हणतात, त्याची व्याख्याच कायमची पाठवून दिलीस. हर्षवायू होण्याची वेळ आणलीस! गाढवा, अरे, काय रे हे? 'भारत माता की जय!'

(असे म्हणून आनंदाने जावडेकर लेझीम खेळतात.)

बर्वे : हां, हां. थांबवा हे... थांबवा सगळं. या सुखाला दृष्ट तर लागणार नाही ना? इतके दिवसांनी माझी कूस उजवलीस... दत्ता, कसे आभार मानू? कोणतं व्रत धरू, सांग. सांग ना. का मी आनंदानं म्हणू–

[ऑर्गन वाजतो. बर्वे पुढील पद म्हणतात.]

पद : ६ नाटक / एकच प्याला– (१९१९)

प्रभु अजि गमला, मनी तोषला ।।धृ.।।
कोपे बहु माझा, तो प्रभुराजा ।
आता हासला मनी तोषला ।।
मृतचि हृदय होते नाथ, हे पूर्ण झाले ।
परि वचनसुधेने त्यासि जीवंत केले ।।
अमृत मधुर शब्दा त्या पुन्हा ऐकण्याते
श्रवण सकल माझी शक्ती एकत्र होते ।।१।।

[दोघे जण नतमस्तक होतात. बावडेकर येतात.]

बावडेकर : अरे वा! कसला एवढा आनंद? आम्हाला तरी कळू द्यात साथीवहिनी.

जावडेकर : सांग ना.

बर्वे : इश्श! तुम्ही सांगा ना.

जावडेकर : तूच सांग.

बर्वे : भावोजी, तुम्ही... तुम्ही आता काका होणार.

बावडेकर : म्हणजे वहिनी...! जावडेकर, अभिनंदन! अभिनंदन! त्रिवार अभिनंदन!!

बर्वे : आजच्या दिवसाची आठवण म्हणून मी आज सुधारस केलाय. वासाला केशर आणि चवीला संत्र्याच्या फोडी. सुधारसावरून आठवलं, वसुधेचा निरोप आला होता बंगल्यावरून. उदबत्त्या पाठवा म्हणून.

बावडेकर : कोण वसुधा?

बर्वे : इश्श! अहो, साहेबांची मुलगी.

जावडेकर : जाऊ दे ना. सारंगनयने....

बावडेकर : नाही, नाही वहिनी, तुम्ही बोलाच एकदा. होऊनच जाऊ दे.

बर्वे : बरं बाई, वाद नको. मी जेवायला वाढते हं भावोजी.

बावडेकर : पानं दोनच मांडा वहिनी. मी जेवणार नाही.

बर्वे : हे हो काय? बाहेर कुठं खाणं?

जावडेकर : नाही, ते आजपासून आपल्याकडे जेवणार नाहीत.

बर्वे : का पण? कशासाठी?

बावडेकर : ऐकायचं. फार चमत्कारिक कारणं आहेत वहिनी. तुम्हाला ती नीट समजणारी नाहीत. वहिनी, शेजारच्या खोलीत तुमचं झोपणं माझी झोप उडवतं. रात्रभर इकडे मी तळमळत असतो. वाटतं की, शेजारच्या खोलीत वसुधा झोपलीय आणि रोज तिच्यावर बलात्कार केला जातोय. सारखा उदबत्तीचा वास येतो. हा वास इतका प्रचंड असतो

की, त्याची घाण येते. अपरात्री जिन्यावर पावलं धडपडतात. भास होतात मला... मग झोपेच्या गोळ्या घ्यायला लागतात. हे... हे... बरं नाही. वहिनी, तुम्ही सुखी राहा. मला तुमच्यात ओढू नका. तुम्ही धन्य वहिनी, तुमची कूस धन्य, नोकरीसुद्धा धन्य, तुमच्या मुलाला माझी दृष्ट नको लागायला.

बर्वे : किती अभद्र बोलता तुम्ही भावोजी! आता एकदा छान हसा बरं. हसा म्हणते ना. भावोजी, तुमच्या नजरेत हा एवढा कसला राग? आता योग्य मुलगी बघून तुमचा बार उडवून दिल्याशिवाय ह्या लाडक्या वहिनीला चैन पडेल का? काय म्हणते मी?

बावडेकर : लाडकी वहिनी? हं. आता त्याला काहीही अर्थ उरला नाही. फार चलाखीनं डाव टाकलाय तुम्ही. तुमच्यावरचा विश्वास उडालाय. माझ्या वसुधेच्या नावानं केलेल्या सुधारसात तुम्ही विषदेखील कालवलं असेल. त्यातून तुमची नोकरी टिकेल आणि राजाराणीचं राज्य वाढीस लागेल.

बर्वे : नोकरी टिकेल म्हणजे? हा काय प्रकार आहे? मला कुणी सांगत का नाही?

जावडेकर : काय सांगणार सारंगनयने? आपल्या लग्नाच्या दिवशी समजलं की, आम्हा दोघांपैकी एकाची नोकरी जाणार. कुणाची, ते वरचं ऑफिस ठरवणार.

बर्वे : पण का?

[बावडेकर जाऊ लागतात.]

जावडेकर : ते साहेबांना ठाऊक! बावडेकर, बावडेकर, इतक्या रात्री कुठे चाललात?

बावडेकर : मसणात. (जातो.)

बर्वे : काय ऐकते हे मी?

[ऑर्गनवर करुण सूर.]

इतक्या वर्षांनी कूस उजवली म्हणून डोळ्यांत आनंदाश्रू आणि हे अश्रू ओघळतात न ओघळतात तोच ही नोकरी जाणार असल्याची अशुभ वार्ता कळून त्याच डोळ्यांतून वाहणारा हा दुःखाचा कडेलोट! तेच डोळे, तेच अश्रू, तेच भावोजी; तर मग ह्या चित्राचा अर्थ बदलला कसा? वर्षानुवर्षं सख्ख्या भावाच्या मायेने राहाणाऱ्या ह्या दोन मित्रांच्या मैत्रीचे बांध असे का ढासळतात? जिन्याखालच्या वातावरणातून जरा

कुठे उसंत मिळते तो भलतीच चिंता मनाला लागली. ह्या सगळ्याचं उत्तर फक्त नोकरीच का? अहो, कंपनीचं दिवाळं वाजलं तर ह्या प्रॉपर्टीचा लिलाव करतात, पण मैत्रीचं नातं म्हणजे गाण्यांचा वन्स मोअर! त्याचा लिलाव नाही करता येत देवा, नाही करता येत.

जावडेकर : हे बघ सारंगनयने, हा त्याचा नि माझा प्रश्न आहे. बायकांनी ह्यात नाही लक्ष घालू.

बर्वे : म्हणजे? जीवितेश्वरा, ह्या प्रश्नात मला काहीच स्थान नाही का? इतकी का मी हीन आहे? ह्या माझ्या नाजूक अवस्थेत माझे मन विषण्ण करावे तरी कसे वाटले तुम्हाला?

जावडेकर : माझा तसा उद्देश नव्हता गं! पण गेली माझी नोकरी तर काय करू मी?

बर्वे : तुमची गेली तर माझी आहे. काळजी करू नका. वेळ गेला नाही तर उदबत्त्या विका. भांडवल मी पुरवीन, खपाची कसली सक्ती नाही करणार. हळूहळू आपला धंदा चालेल. मग एक दुकान काढू आपण जिन्याखाली. मग मी नोकरी सोडीन आणि आपला संसार सुगंधाने न्हाऊन निघेल. ह्या सुखी संसाराच्या राखेला कपर्दिकेश्वराच्या भस्माचे मोल येईल आणि माझ्या पोटी येणारा बाळ जर मुलगा झाला, तर त्याचं काय नाव ठेवायचं माहीत आहे? केतना. अहो, असं काय करता? कालिन्दीच्या मुलाचं नाव. प्रथम दीनारच ठेवणार होते, पण मग म्हटलं उगाच वसुंधराबाईंना नाही आवडलं तर पंचाईत नको. तेव्हा केतनाच नाव बरं. म्हणजे कंपनीचे मालक पण रागवायचे नाहीत.

जावडेकर : हे कंपनीचे मालक कोण?

बर्वे : इश्श, म्हणजे आपले साहेब. मागे म्हणाले होते, वसुधेच्या मुलाचं नाव दीनार ठेवणार आहे म्हणून.

जावडेकर : एकंदरीत तुझी आणि साहेबांची चांगलीच ओळख दिसतीय?

बर्वे : तर! अहो, विनापाश विधवा मी. साहेबांनी माणुसकी दाखवली म्हणून नोकरी तरी मिळाली.

जावडेकर : मग तीच माणुसकी साहेब मला का नाही दाखवत? नशीब आमचं! तुझ्यासारखी कुलस्वामिनी ह्या भणंगाला लाभली, ही दत्ताची कृपा आणि ज्या दिवशी ही गृहलक्ष्मी घरात आली त्याच दिवशी ही अशुभ वार्ता कळावी, हीदेखील त्या दत्ताचीच कृपा! आता एकच वाटतं- तुझ्या पोटी वाढणारा अंकुर मुलगा असावा आणि त्याचा जन्म सारंगनयने, गुरुवारीच व्हावा. मग तू त्या छकुल्याला म्हणशील-

[ऑर्गन वाजतो.]

बर्वे : पद : ७ नाटक / एकच प्याला (१९१९)

घास घे रे तान्ह्या बाळा । गोविन्दा गोपाळा ।।
भरवी यशोदामाई सावळा । नंद बाळा घेई ।।धृ।।
घेई कोंडा कणी। त्रैलोक्याचा धणी ।।
विदुराघरीचा पहिलावहिला घास ।।१।।
पोहे मूठभरी। क्षीराब्धीच्या हरी ।।
मैत्र सुदामजीचा आला दुसरा घास ।।२।।
थाळी एक्या देठी। घ्यावी जगजेठी ।।
द्रौपदीमाईचा। आला तिसरा घास ।।३।।
उरल्या उष्टावळी । फळांच्या वनमाळी ।।
शबरी भिल्लिणीचा। घ्या हो चवथा घास ।।४।।
टाकून ओवाळून । मुखचंद्रावरून ।।
गोविंदाग्रजाचा उरलासुरला घास ।।५।।

(बर्वे गाणे एकदम थांबवतात. घाबरतात. शांतता.)

जावडेकर : काय झालं? तुझी तब्येत...

बर्वे : मला... मला... भीती वाटते.

जावडेकर : मी जवळ असताना कसली भीती?

बर्वे : कुणी जवळ असलं तरी ना, भीती ही वाटतेच. ती ज्याला वाटते, त्यालाच शंभर टक्के कळते.

जावडेकर : असं काय करतेस? सांग ना, काय होतंय....?

बर्वे : खूप गोंधळ उडालाय माझा... ही माझी नाजूक अवस्था. एकदम वाटलं, घरातल्या सगळ्या उदबत्त्या जळून गेल्यात. एकच उरलीय, तेवढी तरी पेटवू नका हो. शिल्लक ठेवा घरात. जिन्यावर सारखी पावलं वाजतात. कुणाची असतात पावलं? सांगा ना. परवा जिना चढून येत होते तेव्हा... तेव्हा जिन्याच्या फटीतून एक हात बाहेर आला आणि माझा पाय धरला घट्ट मगरीसारखा. अंधारात डोळे चमकले आणि वाटलं, जिना एकदम उलटा झाला! जिन्याखालच्या अंधारात माझा अंकुर अंतर्धान पावतोय. मी हाताला धरून खेचला, पण हाती लागली त्याची नाळ. तीच मग समोरच्या पाळण्यात ठेवली आणि झोके देत म्हणाले–
[ऑर्गन वाजतो.]

पद : ८ नाटक / पुण्यप्रभाव- (पाळणा) (१९१६)

निज बाळा रे गाणे गाते आई। करी आता जो जो गाई ।
दो दिवसाची ही दुनियेची वसती। सारखीच असती नसती।।
तुज ऐसा हा बाळ नऊ नवसाचा हातचा कि रे जायाचा ।।
ऋणानुबंधाच्या तुटल्या आता गाठी मग कुठल्या भेटीगाठी ।।

(चाल बदलून)

हे देवाघरचे लेणे
नशिबाने देणे घेणे
कुणीतरी कुणास्तव रडणे
ती रडणारी रडतील धाई धाई। करी आता जो जो गाई ।।

[अंधार. बर्वे, जावडेकर अदृश्य. प्रकाशात आता बावडेकर सुरुवातीला सूत्रधार जसा उभा होता तसा उभा असलेला दिसतो. शामराव चालत जाऊ लागतो. त्यांना उद्देशून बावडेकर म्हणतात]

बावडेकर : अरे एऽऽ एऽ भल्या गृहस्था... जरा थांब तरी.

शामराव : मला हाक मारली?

बावडेकर : चेहरा ओळखीचा वाटला...

शामराव : काय राव, ओळख इसारताय? आपण दोन टायमाला भेटलो होतो. सुरवातीला नाय का मी इथे उभा होतो, तुम्ही दमून आलाता. मी बसलो होतो आपल्या प्रियेची वाट बघत.

बावडेकर : हो, पण तो माणूस असा तुमच्यासारखा एका पायाने अधू नव्हता.

शामराव : बरोबर आहे. मी तवा धडका होतो. पन एका कंपनीच्या मालकानी मला एक प्रिया दाखवली. माझी बेगम नुकतीच चचलेली.

बावडेकर : बेगम?

शामराव : घोडी माझी. टांग्याची, अरबी होती. तवा म्हटलं मी, ही प्रिया बरी हाय. त्यात गानारी निघाली. ह्या प्रियेच्या गान्याचं वारं गेलं पायावरनं अन् मी लंगडा झालो बघा. एक दिवस वाटलं, ही प्रिया साली अर्धीच. आपन् बी अर्धे. आता सांगा- दोन हाफ माणसान्ला दोन फुल पाय काय करायचे? अवो, ह्या दुसऱ्या पायानी करायचं काय?

बावडेकर : अरे वा! कमालच आहे तुमची!

शामराव : खरी कमाल पुढं आहे राव. एका गुरुवारी आमची प्रिया एकदम परकी झाली. बोलावून-बोलावून थकलो. ह्या दत्ताची काही करनी असली

पाहिजे. साली तवापासून मी माघावर आहे. फास अचूक टाकलाय. अल्लद जिन्याखाली नाय आली, तर बापाचं नाव नाय सांगणार भेंच्योद! माल आपला आहे. आपन जिन्याखाली ठेवणार.

बावडेकर : सध्या काय करता आपण?

शामराव : (खलनायकी हास्य करतो.) बंगल्यावर आसतो साहेबांच्या. पटली का नाय वोळख?

बावडेकर : खरंच की! तुम्हीच ते. बरं झालं, हाक मारली तुम्हाला. आमची नोकरी खरंच जाणार का हो?

शामराव : ते साहेबान्‌ला माहिती.

बावडेकर : तुम्हालाही काही माहिती असेलच की?

शामराव : (विचारपूर्वक) मला बरंच काही ठाव आसतं बावडेकर. आवो, काय काय म्हणून सांगनार?

बावडेकर : आमचं काही जमेल का?

शामराव : जमन्यासारखं हाय, पन्‌ रस्ता वळचणीचा वाटतोय.

बावडेकर : काय वाट्टेल ते करायला सांगा, पण आपलं काम जमलं पाहिजे. गेली नोकरी तर ह्या वयात कुणाकडे बघायचं? साधा मॅट्रिक मी. अजून नीट टायपिंगदेखील जमत नाही. बसलो करायला की वाटतं, आपण क्लार्क! टायपिंग का करायचं? असं म्हणून काथ्याच्या खुर्चीवर बसून राहायचं आणि समोरच्या पिन कुशनमधला भुस्सा टाचणीनं टोकरायचा. नाही तर समोरच्या तडा गेलेल्या काचेवरची चिकटपट्टी काढून पुन्हा लावायची. नाही म्हणायला, हा कागदांचा खाकी रंग तेवढा आपलासा वाटतो. ऑफिसमधली खाकी रंगाची रंगपंचमी बघून भरून येतं. संध्याकाळी परत येताना आकाशदेखील सालं खाकीच दिसतं. कचेरीमागच्या साठलेल्या पाण्यात ह्याच खाकी रंगाच्या आम्ही बोटीपण सोडतो. माझी बंबी बोट, तर जावडेकरांची शिडाची बोट! पण अखेर दोन्ही बोटी बरोबरच पाण्यात बुडतात. दोघींचा रंगपण सारखा. आणि जॉयनिंग डेटदेखील सारखी. भिकारचोटऽ तिच्या मायला, खुर्ची टिकली पाहिजे! आम्ही पण साले मंत्रीच. खुर्चीचा हव्यास. खुर्चीसकट असणारं दृश्य कायमचं टिकलं पाहिजे. एका प्रचंड मोठ्या जिन्याखाली रोज ऑफिस भरतं. ह्या भुयारातून बाहेर जायला फार अवघड परीक्षा लागते. ह्या परीक्षेचा पेपर आधी कधीच फुटत नाही, म्हणून सगळे नापास. वाढत्या वयाबरोबर ही परीक्षा

असल्याचं विसरून जातं, म्हणून मग ही खुर्ची टिकवायची. त्यात बसून साठणारी शक्ती शेवटी पेन्शन लवकर मिळवण्यासाठी ट्रेझरीच्या क्यूमध्ये खर्च करायची. तेव्हा कुणाचा खून पाडायला सांगा, पण आपली खुर्ची टिकली पाहिजे.

शामराव : वाट तर सांगायला पाहिजे. पन सांगनार कसा?

बावडेकर : का?

शामराव : अवो, जावडेकर तुमचे दोस्त आनी आता नलावडेबाई लाडक्या वहिनी. म्हंजी 'धरलं तर चावतंय अन् सोडलं तर पळतंय' बघा.

बावडेकर : ते माझं मी बघून घेईन. तुम्ही त्याची फिकीर नका करू.

शामराव : बंगल्यावर राहून-राहून येनाऱ्यांची पावलं बघनं, हा आपला नाद. एका संध्याकाळी पावलं वाजली. जिन्यावरून आवाज थेट साहेबांच्या बेडरूमपोतर गेला. दुसऱ्या दिवशी पुन्हा त्येच. तेव्हा म्हटलं, कुनाची पावलं साहेबांच्या बेडरूममधी जातात म्हणून बघतो, तर नलावडेबाई उभ्या होत्या बेडरूममधी. तवापासनं आपन विधवेच्या पावलांचा आवाज वोळखतो.

बावडेकर : बाप रे... साहेब आणि वहिनी? कठीण आहे!

शामराव : (हसत) कठीन काय नाय त्यात. बाईची गरज साहेबांनी भागवली. आपणहून जी उभी होती, तिला आडवी केली आणि म्हणून बाईचं टेबल साहेबांच्या केबिनजवळ आलं. दोघं बी एकाच माठाचं पानी पिऊ लागले. प्रकरण अंगाशी आल्यावर जावडेकरांच्या गळ्यात मारली आणि तवाच हुकूम झाला- एकाच जागेवर दोन आहेत, एकाला नोकरीवरून कटाप. आता तुम्ही साहेबांना सांगा...

बावडेकर : (खुनशी मुद्रेने) ते मी बरोबर करतो. एका गुरुवारी बंगल्यावर जातो आणि साहेबांच्या झिंज्या धरून सांगतोऽऽ अरे! तुझं मूल नलावडेबाईंच्या पोटी वाढतंय. त्याचा बाप तू आहेस. तेव्हा अब्रूचे धिंडवडे वेशीवर टांगतो साला. मला कायम करा. जावडेकरचा राजीनामा मी आणतो. तुम्ही त्याची काळजी नका करू. तुम्ही फक्त वसुधेचा साखरपुडा मोडा. हां, हां! तिची काळजी करू नका. आपण तिला पदरात घेऊ. पिकनिकला दिसली तेव्हाच ठरवलं- सालं, लग्न करीन तर हिच्याशीच. त्या कलेक्टरच्या पोराला म्हणावं, एऽऽ चल जिन्याखाली. जिन्याखालची गंम्मत दाखवतो भडव्याला.

(बावडेकर बघतात तो शामराव जाऊ लागलेले दिसतात.)

हे काय? निघालात एकदम!

शामराव : जातो आपन. अवो, आग लावण्याचं काम आपलं. तसं ठरलेलंच आहे. आग नक्की लागणार तशी खात्री पटली की, पळून जायचं. तवा लावा, आग लावा म्हणजे त्या प्रकाशात मला माझी बेगम दिसंल. पन ध्येनात ठेवा, हुकमाचं पान माझ्या हातात आहे. तोवर हात ओढून घ्या. (जातो.)

बावडेकर : अरेऽऽ एऽऽ भल्या गृहस्था... गेला वाटतं. आग लागली की हा गेलाच. आता सरळ जावडेकरांच्याकडे जातो आणि कुणाला शंका येऊ न देता मनातील कृष्णकृत्य उरकून टाकतो.

[सनई वाजते.]

अरेच्या! जावडेकरांच्या घरी मोठी गडबड दिसते आहे. बघू या तरी काय चाललंय ते–

[जातो. सनई मोठी होते. जावडेकर प्रवेश करतात. हातात फुलांचे पुडके.]

जावडेकर : सारंगनयनेऽऽऽऽ सारंगनयनेऽऽ!

बर्वे : (प्रवेश करत) आलेऽऽ आलेऽऽ आणि काय हे? केवढ्यांनी हाका मारायच्या त्या! कुणी ऐकलं म्हणजे? आणि हे काय...?

जावडेकर : हा फुलांचा पोषाख. अगं, डोहाळेजवण करायचं म्हटलं म्हणजे साग्रसंगीतच व्हायला हवं. अगं, वाडी भरल्याशिवाय डोहाळजेवण म्हणजे वल्ह्याशिवाय होडी! गर्भारशीला फुलांची वाडी हवीच. मी बोललो होतो तसं गुरुवारी. इकडे ये, हा मुगुट बांध वर. (मुगुट बांधतो. हळूहळू बर्वे फुलांनी सजतो. जावडेकर पाहात असतात.)

जावडेकर : बरं, तुझ्या मैत्रिणी येणार होत्या, त्या आल्या का?

बर्वे : (फुलांचा पोषाख घालता-घालता) एक जण तरी फिरकलीय का बघा! निदान शारदेनं तरी लवकर यायचं! ह्यांच्याकडच्या हळदीकुंकवालासुद्धा आम्ही गर्दी करायची. बरं, शारदेचं मेलं मरू दे. वल्लरी, मंदाकिनी, त्रिवेणी ह्यांना तरी यायला काय झालं? एकच मेला सीन, पण रुबाब किती! आमच्या कंपनीत असत्या तर फोडून काढलं असतं एकेकीला. मी म्हणते, रुक्मिणीचं एक ठीक आहे. असतील स्वयंवराची कामं, नाही तर मेला श्रीकृष्णाचा चावटपणा चालू असेल. पण ह्या स्नेहलतेला यायला काय झालं? रेवतीला कंपनीच्या पत्त्यावर कार्डसुद्धा टाकलं होतं. ह्या वसुंधराबाईंनी तर अरुंधती नगरात बंगला बांधलाय; पण

इकडे डोकावतात का तरी बघा! जळला मेला ह्यांचा पुण्यप्रभाव. आमचं मेलं रस्त्याच्या पडद्यासारखं. नाही गाणं रंगलं की ओढला पडदा वर. रंग विटून फाटला, तरी लक्ष नाही द्यायचे.
(पोषाख तोपर्यंत पूर्ण होतो.)
अहो, ऐकलं काऽ एवढा मुगुट सारखा करायचा...

जावडेकर : (मुगुट सारखा करता-करता बर्व्यांचे डोळे झाकतो.) मी तुझ्यासाठी एक गम्मत आणलीय.

बर्वे : इश्श! अहो, काय हे?
[परत सनई वाजते. वरून दोऱ्यांचा जरा सजवलेला एक झोपाळा स्टेजवर येतो. जावडेकर हात सोडतात. पाळणा बघत बर्वे म्हणतात.]

बर्वे : अगोबाईऽऽ पाळणा? तरी मला वाटलंच, म्हटलं, एवढा डोहाळेजेवणाचा बेत आखलाय स्वारीनं, तेव्हा झोपाळा नाही तर चंद्र असणारच.

बावडेकर : आता बस बघू! हां, अश्शी!
[बर्वे झोपाळ्यात बसतात. जावडेकर हलकेच झोका देतात.]

बर्वे : माझ्या मनाचा हिंदोळादेखील असाच झुलतोय... काय सुरू केलं आपण आणि कुठवर येऊन पोचले मी. नाही तर गुदमरून गेले असते उदबत्तीच्या धुरात. खरोखर प्राणवल्लभा, हे सगळं स्वप्नवत् वाटतंय. तुमच्यासारखा माणुसकीचा गहिंवर न भेटता तर ह्या नलावडेबाईला वैधव्याच्या उकिरड्यावर जगावं लागलं असतं. ह्या वेळी आठवण होते ती बावडेकर भाऊजींची.
किती मुलखावेगळा स्वभाव! किती थट्टेखोर वागणं! किती प्रसंगोचित आणि नेमकी करणी त्यांची. मी सहज माठ घेऊन आले काय आणि त्याच दिवशी ह्या घराची कुलस्वामिनी होते काय! पण आज ह्या वहिनींचा हिंदोळा हलवायला मात्र भावोजी नाहीत. प्राक्तन एकेकीचं. जिथे कुसुम, चंपा आणि अक्का येण्याची मारामार तिथे भावोजी तुम्ही कशाला याल? हा माझा हृदयेश्वर एकाकी माझा हिंदोळा झुलवतोय आणि मीच मला म्हणते आहे-
[ऑर्गन वाजतो.]
[स्वत:लाच उद्देशून बर्वे डोहाळे म्हणतात.]

पद : ९ डोहाळे / पारंपरिक

पहिल्या गं महिन्याला । कळा लागल्या देहाला ।।
रंग पिवळा जाहला । सखे तुझा ।।

मुख चंद्र म्लान झाला । शिण जाणवू लागला ।।
फळ लागले वेलीला । सखे तुझ्या ।।
नको बाई खाऊ फार जागू नको रात्री फार ।।
तुझ्या कुशीला आकार। जप त्याला ।।
करू डोहाळ जेवण । बैस बाई झोपाळ्यात ।।
सख्या संगे बगीच्यात । जाई सुखे ।

[डोहाळेजेवण संपत असताना गाँग वाजतो. आणि हातात फुलांचे धनुष्यबाण घेऊन बावडेकर येतात. मुद्रा क्रूर.]

बावडेकर : (आरोळी ठोकत–) खामोषऽऽ! जागचे हलू नका अजिबात. नलावडेबाई, तुमचे दिवस आता भरलेत.

बर्वे : इश्श! अहो, नाही; तीन तारखेला अजून अवकाश आहे म्हटलं.

जावडेकर : हे काय आरंभलंय तुम्ही?

बावडेकर : खामोषऽ! तुम्ही कोण ते मी ओळखत नाही. धनुष्य जरी फुलाचं असलं तरी लावलेला बाण खरा आहे. या घरातील पापाचे दिवस आता संपलेत. या जगात पापं फार वाढलीत नलावडेबाई... इतकी की, त्यांनी तुमच्या पोटात प्रवेश केलाय.

बर्वे : भावोजी...?

बावडेकर : होय नलावडेबाई. तुमच्या पोटात साहेबांचं मूल वाढतंय. ज्या दिवशी तुम्ही या घरात आलात तेव्हाच दिवस गेले, म्हणून तुम्ही चोरून चिवडा खाल्लात. तेव्हा तुमच्या पोटातलं हे पाप ह्या बाणानं नष्ट केलं पाहिजे. आपला नेम अचूक आहे. हलवा, हिंदोळा हलवा. हलवा म्हणतो नाऽऽ

[जावडेकर घाबरून झोका देतात. बर्वे पडता-पडता तोल सावरतात.]

ह्या हलणाऱ्या हिंदोळ्यावरचं पाप आता नष्ट केलं पाहिजे, म्हणजे वातावरण शुद्ध होईल. ह्यातून सुटकेचा मार्ग म्हणजे जावडेकर, राजीनामा निर्णय घ्या. मूल हवं की नोकरी हवी?

(कागद टाकतो.)

बर्वे : अहो, द्या ना लिहून राजीनामा.

जावडेकर : अखेर दावा साधलात तुम्ही बावडेकर! विलक्षण क्रूर पेचात टाकलंत मला.

[बर्वे झुलत आहेत. बावडेकर बाण मारायच्या तयारीत आणि जावडेकर कागद घेण्यासाठी पुढे होतात तोच गाँग वाजतो. सगळे चमकून बघतात.

शामराव लंगडत येतात.]
आपण! असे अवचित आलात?

शामराव : कामच तसं आहे. वरच्या ऑफिसचा जी. आर. आलाय. पहिला हुकूम चुकून निघाला, आसं डायरेक्टर म्हनतात.

जावडेकर : याचा अर्थ?

शामराव : म्हणजे दोघांच्या बी नोकऱ्या जानार नाहीत. कुनाला पन काढणार नाहीत. हा घ्या जी. आर. (देतो.)
हे काय? (बर्व्यांकडे पाहात) एवढं सजवलं कशापायी?

बर्वे : (झोपाळ्यावर बसल्या-बसल्या) आज डोहाळेजेवण आहे म्हटलं.

शामराव : कुणाचं?

बर्वे : माझं. आता जेवूनच जा बंगल्यावर.

शामराव : तुमचं? (खलनायकी हसत मोठा झोका देतो.)

बर्वे : अहो, काय हे? मी पडीन ना!

शामराव : दिवस गेले तुला? अगा आय! आय! आय! बघितलं का, नलावडेबाईन्‌ला दिवस गेलेत. अगा आय! आय! आय! हे बघा- हे बघा, नलावडेबाईंचं धोतर बघा! बघा! धोतर नेसलेल्या बाई बघा! बिनपोट वाढलेली गर्भारशी बाई बघा!
(असं म्हणून बर्व्यांचं धोतर शामराव खेचून सोडतात. आत गुडघ्यापर्यंत पट्ट्यापट्ट्याची चड्डी असते.)
दिवस जातात तुला भडव्या? देखोऽ देखो! नलावडेबाई की चड्डी देखो!
[बर्वे इकडे आकांताने किंचाळत असतो. लाथा झाडत असतो. पण झोपाळा सोडत नाही. झोपाळ्यासह हेलपाटत राहातो. आता स्टेजच्या दोन्ही टोकांना उभे असलेले जावडेकर आणि बावडेकर, झोपाळ्यावर लाथा झाडणारा अंडरपॅन्ट अन् वर मुगुट असा बर्वे आणि झोपाळा हलवणारा शामराव असे दृश्य आपल्याला दिसते. त्यात ऑर्गन सुरू होतो. फक्त हलणाऱ्या झोपाळ्यावर प्रकाश. बर्वे गाणे म्हणतो-]

> पद : १० नाटक / एकच प्याला- (१९१९)
> दया छाया घे निवारुनिया, प्रभू मजवरी कोपला ।।धृ।।
> जीवनासि मम आधार गुरू जो।
> तोही कसा अजि लोपला ।।१।।

[हे गाणे चालू असतानाच पुढील संवाद ऐकू येतो.]

जावडेकर : नमस्कार.

बावडेकर : नमस्कार. चेहरा ओळखीचा वाटतोय. मला वाटतं, आपण एकाच ऑफिसमध्ये काम करतो?

जावडेकर : असं? पण कधी पाहण्यात आला नाहीत? घरी या एकदा, म्हणजे ओळख होईल.

बावडेकर : पण आपण एकाच घरी तर राहात नाही?

जावडेकर : काय की! परत सगळं तपासून पाहिलं पाहिजे. चला, चहा घेऊ समोर.

बावडेकर : चला–

[दोघे सुरुवातीला जसे होते तसे बसतात. गाणे संपते.]

शामराव : चल बेगम, सामान आवर. चिवडा आनायला आली ती चिकटलीच साली. जिन्याखाली जायची वेळ झाली. पुडे भरायचे राहिलेत.

बर्वे : (अंडरपॅन्ट आणि मुगुटात) चला. अखेर पडद्यामागचा अंधारच आमचा.

शामराव : बेगम, चल. मी वाट पाहातोय.

बर्वे : आपण पुढे व्हा. जिन्याखाली जाण्याच्या अगोदर ज्यांच्या आशीर्वादानी हा पडदा बाजूला झाला, त्या रसिकजनांच्यासाठी मला प्रार्थना तरी करू देत! म्हणजे हा पडदा पूर्ववत् होईल आणि रसिकजन खोळंबणार नाहीत. तेव्हा–

[ऑर्गन वाजतो.]

पद : ११ नाटक / संशयकल्लोळ– (१८९४)

चिन्मया सकल हृदया, सदया दे या गोविंदा,
वर वरदा, कलिमलविलया
विषयपिपासा पीडितसा,
नि:सारा, संसारा, मृगनीराम
भुललो मी परि फसलो,
विस्मरलो तव भजनी लागाया।
कामधनाशा ही विवशा, मन्नाशा,
सरसावे, तत्पाशी सापडलो,
ये धावोनी यांतुनी सोडवुनी मज घ्याया।
सौख्य सदा नव ज्या ठायी,
तापाचा, पापाचा लेश नसे,

शांती वसे, ने येवोनी, त्या स्थानी,
सुखभवनी दासा मा।

[ह्या प्रार्थनेत हळूहळू सर्व पात्रे सामील होतात. कोरसमध्ये म्हणतात. पडद्यामागचे कलाकार, गडी इत्यादीदेखील सामील होतात. सर्व जण प्रेक्षकांना लवून नमस्कार करतात. शिट्टी वाजते. पडदा पडतो.]

* 9 7 8 8 1 9 5 5 1 2 7 8 2 *

FCW - #0262 - 061026 - C0 - 216/140/4 - PB - 9788195512782 - Matt Lamination